व्यंकटेश माडगूळकर

जंगलांतील दिवस

मेहता पब्लिशिंग हाऊस

JANGALATIL DIVAS
by VYANKATESH MADGULKAR

जंगलांतील दिवस / अनुभवकथन
व्यंकटेश माडगूळकर

© ज्ञानदा नाईक

मराठी पुस्तक प्रकाशनाचे हक्क
मेहता पब्लिशिंग हाऊस, पुणे.

प्रकाशक
सुनील अनिल मेहता, मेहता पब्लिशिंग
हाऊस, १९४१, सदाशिव पेठ,
माडीवाले कॉलनी, पुणे - ३०.

प्रकाशनकाल
पहिली आवृत्ती : फेब्रुवारी, १९८४
दुसरी आवृत्ती : जून, १९९०
तिसरी आवृत्ती : जुलै, २००५
मेहता पब्लिशिंग हाऊस यांची
चौथी आवृत्ती : मे, २०१२
पाचवी आवृत्ती : जानेवारी, २०१३
सहावी आवृत्ती : नोव्हेंबर, २०१५
सातवी आवृत्ती : फेब्रुवारी, २०१८

आतील रेखाचित्रे
व्यंकटेश माडगूळकर

मुखपृष्ठ व मांडणी
चंद्रमोहन कुलकर्णी

मुखपृष्ठावरील लेखकाचे छायाचित्र
शेखर गोडबोले

P Book ISBN 9788184983746
E Book ISBN 9788184988604

E Books available on :
play.google.com/store/books
m.dailyhunt.in/Ebooks/marathi
www.amazon.in

जंगलात शिरण्यापूर्वी...

मी माणदेशातल्या लहानशा खेड्यात जन्मलो आणि तिथेच वाढलो. पावसाने भिजलेली काळी शेते, ओढ्या-ओघळींचे थंडगार हिरवे काठ, विस्तृत माळराने आणि काटवने, टेकड्या, खडी आणि ताली यातून हिंडता-फिरता मी कळता झालो. रामोशी, फासेपारधी, धनगर, वैदू अशा रानोमाळ हिंडणाऱ्या जातिजमातींची पोरे हे माझे खेळगडी होते. शेवाळाखाली दडलेले मासे हातांच्या पंज्यांखाली मी धरले, होल्याची पोरे घरी आणून ठेवली, काटवनातले पांढरे रानउंदीर पकडले आणि मुरमुटीच्या खोडावरचे सोनकिडे पाळले.

सरूड, फरूड, घोरपडी, सापसुरळीसारखे सरपटणारे प्राणी; चितूर, भुरगुंज्या, भोरड्या, पकुर्ड्या, कांड्याकरकोचा, धनचिडी, पोरेचाळवणी यांसारखी पाखरे; झिंगे, डोकरा, मरळ, वांबसारखे मासे आणि खेकडा, विरोळा, पाननिवळी यांसारखे जलचर; माळठिसकी, लांडगा, खोकड, मुंगूस, खारी यांसारखे प्राणी ही मंडळी मला किती लहान वयात भेटली! त्यांच्या मागे आणि पुढे धावता-पळता माझ्या पायात बळ आले. पोटऱ्या भरल्या आणि मांडीचे पट फिरले.

पोरवयातले माझे खाणे आठवले, तर अजून चळकन तोंडाला पाणी सुटते! माणदेशातल्या रानातला सगळा मेवा, रानातल्या पाखरा-प्राण्या-कीटकांसाठी जसा होता, तसा माझ्यासाठीही होता. निवडुंगाच्या हिरव्यागार फणीला आलेली तांबडीभडक बोंडे कुसळे झाडून मी खाल्ली. गोंदणीची उंच झाडे वेंघून माणकासारखी लालचुटूक, मधाळ गोंदणे खाऊन तोंड चिकट करून घेतले. रानबोरे, लेंडी जांभळे, उंबरे, टेंबरे, कवठे, बेलफळे ही फळे एकीकडे पाखरे, माकडे, खारी खात असत आणि दुसरीकडे मी खात असे. हे खाणे राहू द्या, पण चिंचेचा मोहर, जोंधळ्याच्या ताटावर पडलेली साखर, बाभळीचा डिंक, पिकलेल्या निंबोळ्या, कांगुण्या, शेंदण्या,

निळुंब्या, अळुंब्या, नेपतीची फळे हेही माझ्या नजरेतून सुटत नसे. आता रानातल्या पाखरांचा, जनावरांचा, कीटकांचा हा मेवा माणसाचे पोर खात राहिले, तर त्याचा निसर्गाशी जिव्हाळ्याचा संबंध का नाही राहणार?

माझ्या या भ्रमंतीत नाना पाखरे, प्राणी मला आपसूक भेटले. जेवणाच्या पंक्तीत नव्या ओळखी होतात, तशा त्यांच्याशी झाल्या. कोणी न सांगता-सवरता, कोणी न शिकवता-पढवता मला बरेच कळू लागले. निसर्गाच्या या विशाल ग्रंथातली चार अक्षरे मला ओळखता येऊ लागली.

मी कळता झालो आणि माझ्या गावातून उडालो. पोटापाण्यासाठी करकोचेही सकाळी उडून दूर जातात, पण संध्याकाळी आपल्या ठरावीक झाडावर छावणीसाठी पुन्हा परत येतात. मला ते जमले नाही. मी शहरात आलो आणि तिथेच राहिलो.

माझ्या मुलांचा विचार मनात आला की, मला फार खिन्न वाटते. ती धावपळीत वाढताहेत. शांत, उल्हसित, निरागस निसर्गापासून ती कितीतरी दूर आहेत. त्यांना काही माहीत नाही. ही मुले मोठी झाली, म्हणजे त्यांचा फुरसतीचा वेळ कसा आनंदात घालवतील? मला लहानपणी जी निसर्गाची मांडी जोजवत होती, ती यांना नाहीच मिळाली. ही मुले हॉस्पिटलमध्ये जन्मली, डब्यातले दूध पिऊन वाढली, सिमेंट-लोखंडाच्या खोल्यांत लहानाची मोठी झाली, बसमधून हिंडली, पाखरांऐवजी 'विविधभारती'ची गाणी त्यांनी ऐकली. वन्य प्राणी पाहिले, ते सर्कशीतल्या पिंजऱ्यात किंवा टीव्ही सेटवर. त्यांना काहीच मिळाले नाही. मिळणारही नाही.

मी शहरी वातावरणात राहू लागलो, त्याला आता चाळीस वर्षे होत आली, तरीही माझे मन रानावनांतच रमते. मी तसा छांदिष्टच माणूस आहे. जनलोकांतून थोडे बाजूला असावे, काही नाद लावून घ्यावा आणि त्याचा पाठपुरावा करीत राहावे, यात मला विशेष आनंद वाटतो. रानावनांतील

या अद्भुत जगाविषयी अपार कुतूहल असल्यामुळे अलीकडची काही वर्षे माझे वाचनही जास्त करून प्रवास, निसर्ग, राने-वने, पशुपक्षी, कीटक यांच्याविषयी लिहिलेल्या पुस्तकांचेच असते. जॉर्ज शेल्लर, जेन गुडाल, हेन्री डेव्हिड थोरो, सारा हार्डी डग्लस हॅमिल्टन, गावीन मॅक्सवेल, रिचर्ड बर्टन, मनू, कौटिल्य, कबीर, तुकाराम यांचे मी फार देणे लागतो. संस्कृत ग्रंथ मूळ भाषेतून वाचता येत नाहीत, याचे एखाद्या अपंगाला वाटावे, इतके मला वाईट वाटते. ज्या कुणी जीवन मुळाकडे जाऊन पाहिले, त्यांचे अनुभव आपण वाचावेत, कुवतीनुसार समजून घ्यावेत आणि हेतुपूर्वक जगावे, असे मला फार वाटते.

आपल्या जीवनाला फुरसदीचा एक भरजरी, लांबलचक पदर असावा, असे मनापासून वाटत असले, तरी चरितार्थ चालविण्यासाठी कामधंदा करण्यातच आपण फार खर्ची पडतो. आवडीचे, पण चरितार्थ साधेल असे नसलेले आपण बाजूला टाकतो किंवा पुढे कधीतरी करू, म्हणून पुढे ढकलतो. सकाळपासून संध्याकाळपर्यंत सतत धावपळ चाललेली असते. सारखी गती! गती! रिक्षातून, बसमधून, रेल्वेतून, विमानातून धावायचे. सगळे जीवन या यांत्रिक गतीने व्यापून टाकले आहे. कधी अंगावर चांदणे पडत नाही. कधी झाडाच्या पानांची सळसळ ऐकू येत नाही. कधी ओढ्यात अंघोळ होत नाही. कधी उताणे झोपून चांदण्यांनी गच्च भरलेले आकाश पाहता येत नाही.

या रोजच्या धावपळीतून एखादी झुकांडी मारून चौऱ्याहत्तर सालापासून चौऱ्याऐंशी सालापर्यंतच्या दहा वर्षांत मी कुठे कुठे हिंडलो आणि मला काय काय दिसले, काय काय जाणवले, ते मी निरनिराळ्या नियतकालिकांमधून सांगत आलो. या साऱ्या निवेदनांचा हा संग्रह आहे. (यात कुठे द्विरुक्ती झाली असेल, तर वाचकांनी मला तेवढी सूट द्यावी.)

मला काही मृगपक्षी-शास्त्रवेत्ता व्हायचे नाही किंवा

वनशास्त्र अभ्यासायचे नाही; पण रानावनांतील या अद्भुत जगाविषयीचे माझ्या छांदिष्ट मनात जे अनिवार आणि न संपणारे कुतूहल आहे, त्यामागे लागून नित्यासाठी वनवासी व्हावे, असे माझ्या मनात हल्ली फार येते.

जंगलांतील दिवसांच्या या कहाण्या वाचून वाचकांपैकी कुणा चार जणांना बुद्धी झाली आणि आपल्या कृत्रिम जगातून बाहेर पडून निसर्गाची भव्यता, श्रीमंती आणि सौंदर्य याचा त्यांनी आनंद घेतला, तर बरेच आहे!

– व्यंकटेश माडगूळकर

अनुक्रम

काझिरंगा आणि मानस

एका सुप्रभाती माझ्या मनात आलं की, आपण आसाममधल्या काझिरंगा अभयारण्यात जावं आणि तिथले चिलखती अंगाचे प्रचंड गेंडे बघावेत. गेंडेच का? तर त्याचं रूपच आदिम आहे. दलदलीच्या जंगलातला तो मूळ पुरुष वाटतो. तो कुणालाही भीत नाही. जन्मत:च कवच अंगावर घेऊन आलेला हा निर्भय योद्धा आहे आणि तो जंगलात एकटा एकटा भटकतो. गोतावळ्यात राहणं आणि नाना नात्यागोत्यांनी स्वत:ला जखडून घेणं त्याला मान्य नाही. कुणा आसामी कवीनं म्हटलं आहे :

'कुणाला भिऊ नकोस,
कशाची पर्वा करू नकोस,
मनसोक्त एकटा भटक,
एकशिंगी गेंड्यासारखा–'

मला काझिरंगाच्या दलदली रानावनांतून भटकायचं होतं. गेंडे बघायचे होते, मस्त रानरेडे बघायचे होते, नाचरी हरणं बघायची होती. अभयारण्यातून मुक्तपणे हिंडणारे हे पशुपक्षी बघून हरखायचं होतं. माणूस देवपुत्र कसला, तो निसर्गपुत्रच आहे! चाळीच्या खुराड्यात राहूनसुद्धा तो गॅलरीत दोन कुंड्या जोपासतो आणि उशीच्या अभ्रांवर पानंफुलं विणतो. उघडं आकाश, हिरवं रान, भरारणारे पक्षी आणि खळाळतं पाणी बघून आनंदत नाही, असा माणूस असेल का? कवीसुद्धा कबुली देतो :

'हिरवळ आणिक पाणी,
तेथे सुचती मजला गाणी...'

तात्पर्य, मला काझिरंगाला जायचं होतं. ती तहान होती.

संकल्प आणि सिद्धी यात किती अंतर असतं, हे मला आतापर्यंत चांगलंच माहीत झालं होतं, तरीपण मनात विचार येताच मी उमेदीनं कामाला लागलो. आसाम, आसामची जंगलं, झाडं, फळं, फुलं, प्राणी, पाखरं या विषयी जे-जे मिळालं, ते-ते वाचून काढलं. आसामचा भूगोल तपासला. ई.पी.गी., अर्जुनसिंग, कैलास संखला, सफडोर्फ यांची पुस्तकं उलथीपालथी केली आणि बेत नक्की केला. मुहूर्त निवडला.

ईश्वरकृपेनं सगळं जमत गेलं. रेडिओनं रजा दिली, खासदार जयंतराव टिळकांनी आसामच्या वरिष्ठ अधिकाऱ्यासाठी ओळखपत्रं दिली, सेंट्रल बँकेनं (माझेच) पैसे दिले, 'ट्रेडविंग'नं विमानाचं तिकीट दिलं. २२ नोव्हेंबरला संध्याकाळी ५.२०ला पुण्याहून मुंबईला जाणाऱ्या आगगाडीनं शिट्टी दिली आणि मी निघालो!

दुसऱ्या दिवशी भल्या पहाटे विमान होतं. त्या ब्राह्ममुहूर्तावर मुंबई सोडली आणि मध्ये कलकत्त्याला पाय लावून दुपारी जबरदस्त उकाड्यात मी गोहत्तीला पोहोचलो.

उकाडा, हैराण करणारी गर्दी! मग गंगाप्रसाद चौधरी या प्रकाशक मित्राच्या जुन्या गाडीतून या ऑफिसातून त्या ऑफिसात चकरा. इकडे फोन, तिकडे ट्रंककॉल, तारा अशी धावपळ रात्री उशिरापर्यंत. नंतर ब्रह्मपुत्रेच्या तीरावरून चकरा. मग न आवडलेलं हॉटेलातलं जेवण आणि अस्वस्थ झोप. सकाळी ६ वाजता आसाम सरकारच्या पर्यटन खात्यानं दिलेल्या गाडीतून नॅशनल हायवे नं. ३७वरून काझिरंगाकडे. दोनशे सतरा किलोमीटर्स, म्हणजे चार तासांचा रस्ता.

रस्त्याच्या दुतर्फा लांबच लांब पसरलेली हिरवीपिवळी भातशेतं, निळेजांभळे डोंगर, वळसे-वेलांट्या, पांढऱ्या-काळ्या आभाळाचं प्रतिबिंब दाखवीत पसरलेले निळे जलाशय, मासे झोळणारी उघडीवाघडी पोरं, झाडीतून डोकावणारी तांबड्या छपराची घरं, हिरव्या शेतांतून चरणाऱ्या गुरांचे रंगीत ठिपके, ढवळे ढवळे बगळे दिसत.

मध्येच कुठं भातखाचरातल्या माशांवर ध्यान ठेवून स्तब्ध बसलेला, पांढऱ्या चोचीचा, काळ्याबाळ्या रंगाचा लठ्ठ ढोक दिसे, तर कुठे माशांसाठी थंडगार पाण्यात बुड्या घेऊन घेऊन भिजलेला पाणकावळा दोन्ही पंख उघडून ते वाळवीत खडकावर बसून असे. एका ठिकाणी तर रस्त्याच्या अगदी कडेला असलेल्या डबक्याच्या काठी दहा-बारा पाणकावळ्यांचा जथा पंख वाळवण्याचा कार्यक्रम सामुदायिकरीत्या पार पाडताना दिसला. मला चंद्रभागेचं कार्तिक मासातलं वाळवंट आठवलं.

रस्त्याकाठच्या पाण्यातून ठिकठिकाणी माशांसाठी जाळी लावलेली दिसतात.

त्या सगळ्या सुंदर पार्श्वभूमीवर उंच उंच बांबूंच्या काठ्या उभ्या-आडव्या रोवून त्यांना झोळ्यासारखी अडकवलेली ही जाळी, म्हणजे कुशल ब्रशच्या फटकाऱ्यानं काढलेली चित्रंच वाटत. जॉमेट्रिकल काम्पोझिशन्स!

हळूहळू उन्हं तापू लागली. दोनशे सतरा किलोमीटर्स हे अंतर फार होतं, याची जाणीव झाली. माध्यान्ह काळ झाला. रस्त्यालगतच्या एका हॉटेलात जेवलो. प्रचंड मोठा भाताचा ढीग, तो पातळ करायला वाडगाभर आंबट वरण आणि भला लांबलचक, जाडजूड असा तळलेल्या माशाचा तुकडा. हिरव्या मिरच्या, इटालियन लिंबाची मोठी फोड, कांदा असं जेवण पुढ्यात आलं. ते अर्धअधिक संपवता संपवता माझी दमछाक झाली. मग भरल्या पोटानं प्रवास. भूगोलात वर्णन वाचलं होतं आणि चित्रं (वाईट काढलेली) बघितली होती, ते आसाममधील चहाचे मळे!

हे सगळं ठीक होतं, पण काझिरंगा कधी येणार होतं?

काझिरंगा!

ब्रह्मपुत्रेच्या खोऱ्यातला, मिकिर टेकड्यांलगतचा तीस मैल लांबीचा आणि बारा मैल रुंदीचा जंगलाचा प्रदेश! एकोणीसशेआठ सालापर्यंत शिकाऱ्यांचं आणि शिकारचोरांचं हे नंदनवन होतं. त्या काळात गेंड्यांची बेसुमार कत्तल झाली. शेवटी जंगल अधिकाऱ्यांच्या लक्षात आलं की, आता इथं फक्त डझन-दोन डझन गेंडे उरले आहेत. तरी हे अभयारण्य व्हायला चाळीस साल उजाडलं.

तोपर्यंत तळ्या-दलदलींच्या काठावर छावण्या ठोकून शिकारचोर राजरोस गेंडे मारत होते आणि त्यांची शिंगं भरमसाट किमतीला विकत होते. लोक ती घेत होते. का, तर शिंगांचं चूर्ण पोटात घेतलं, तर नष्ट झालेलं पौरुषत्व पुन्हा प्राप्त होतं, अशी समजूत! पुरुष म्हणवून घेण्यासाठी माणूस काय खाईल, याचा नेम नाही. विशेषकरून चिनी गिऱ्हाईक या मालाला फार होतं म्हणे. त्या वेळी नव्यानं फॉरेस्ट ऑफिसर म्हणून नेमणूक झालेला एक अधिकारी लिहितो, 'जागोजाग मला तळ ठोकून राहिलेले शिकारचोर आढळले. त्यांनी मारलेल्या गेंड्यांचे एकूण चाळीस सांगाडे मी मोजले. त्यांची शिंगे मात्र काढून नेली होती.'

काझिरंगाला पोहोचलो, तेव्हा दोन वाजले होते.

फॉरेस्ट बंगला उत्तम जागी होता. कोणा रसिक साहेबबहादुरानं तो प्रशस्त आणि कलापूर्ण असा बांधून ठेवला होता. सरकारी पाहुणा असल्यामुळे मला वरच्या मजल्यावरची खास जागा मिळाली. सगळं झकपक होतं. खोल्या एअरकंडिशन्ड होत्या. फोन, गाद्यागिरद्या, गालिचे, पडदे, गीझर, टब – अगदी फाईव्हस्टार हॉटेल! म्हटलं चला, जंगल में मंगल! सेवेसाठी बेअरर अदबीनं दाराबाहेर उभे!

शॉवर सोडून मी मनमुराद अंघोळ केली आणि अर्ध्या तासात ताजातवाना

होऊन, गळ्यात दुर्बीण अडकवून खाली उतरलो. जिना उतरताना लक्ष गेलं, शिल्पं मांडावीत तसे गेंड्याच्या आणि हत्तीच्या हाडांचे सांगाडे जिन्याच्या कोपऱ्याकोपऱ्यावर ठेवले होते. इथं गेंड्याचं तोंड, तिथं हत्तीचं तोंड, तर त्या तिकडं प्रचंड शिंगाच्या रेड्याचं तोंड! इंटिरिअर डेकोरेशनची ही कल्पना मला फार अभिनव वाटली. केव्हा ना केव्हा या अफाट जंगलात एखादा रेडा, हत्ती, गेंडा आपल्या मरणानं मरणारच. तरस, कोल्हे, घारी, गिधाडं त्याच्यावर पडणारच आणि उन्हावाऱ्यानं, पावसापाण्यानं हे सांगाडे स्वच्छ, साफ होणारच. त्यातला उत्तम असा आकार, सुंदर भाग उचलून आणून कोणा सौंदर्यदृष्टी असलेल्या जंगल अधिकाऱ्यानं ही सजावट केली असावी.

खाली उतरलो, तर लाऊंजमध्ये काझिरंगाचे जंगल-अधिकारी येऊन वाट पाहत बसले होते. त्यांचं नाव फार नाजूक आणि काव्यपूर्ण होतं. परिमल लहान. पण अंगापिंडानं ते चांगले बलदंड होते. ओठभर मिशा होत्या. वयानंही चांगले तरुण होते.

इकडचं तिकडचं बोलून झाल्यावर ते म्हणाले, "काही गेंडे नॅचरल डेथनं मरतात. प्रत्येक वर्षी आम्ही त्यांच्या शिंगांचा लिलाव करतो. किलोला पंधरा हजार रुपयांपर्यंत भाव येतो. चौऱ्याहत्तर साली तीन गेंडे मेले आणि एका शिंगाचं वजन किलोभर असतंच!"

"पण प्रत्येक वर्षी गेंडे मरतात?"

"मरतात, मारलेही जातात. दर वर्षी काही गेंडे लोक मारतात आणि गेंड्यांकडून काही लोक मारले जातात."

फॉरेस्ट बंगल्याच्या आवारात एखादा मानवी सांगाडा दिसेल, अशी माझी अपेक्षा होती, पण नव्हता.

काझिरंगा हिंडून बघायचं, ते हत्तीच्या पाठीवरून. या फेरीत एखादातरी प्रसंग असा येतो की, चवताळलेला गेंडा हत्तीवर चाल करून येतो. खरंतर हत्ती हा केवढा प्रचंड प्राणी; पण सारासार विचार गेंड्याच्या बाबतीत संभवत नाही. वाघसुद्धा कधी गेंड्याच्या वाट्याला जात नाही. हत्ती आणि वाघ दोघंही गेंड्याचा मान राखून असतात. म्हणजे जंगलातला सर्वश्रेष्ठ योद्धा गेंडाच मानला पाहिजे!

अठराशे ऐंशी सालची एक हकिकत शिकाऱ्यानं लिहून ठेवली आहे. एका गेंड्यावर त्यानं डझनभर बार टाकले, तरीही तो निसटला. संध्याकाळ झाली होती, म्हणून माग न काढता हा शिकारी परत गेला आणि सकाळी पुन्हा माग काढू लागला, तर जबर जखमी झालेल्या गेंड्याचं रक्त ठिकठिकाणी आढळलं. ते बघत बघत तो मागे लागला, पण गेंडा मेलेला आढळला नाही. तो जखमी स्थितीतच दोन

वाघांशी लढत होता. हा जखमी झाला आहे, पुरा करून खाऊ, या हिशेबानं जवळ गेलेल्या त्या दोघाही वाघांना गेंड्यानं धडा शिकवला होता.

एक शिकारी लिहितो,

'एका वाघाची मान गेंड्याने फाडली होती आणि दुसरा वाघही रक्तानं माखलेला दिसत होता.' शिकाऱ्यानं या दोन्ही वाघांवर बार घातले. त्यासरशी ते पळाले. मग तो जखमी गेंडा शिकाऱ्यानं मारला. गेंडा चालून आला, म्हणजे बघणारे पाठीवर आहेत, याचं भान न ठेवता हत्ती तोंड फिरवून आणि शेपूट वर करून धूम ठोकतो. वर असलेल्या माणसांना झाडांच्या फांद्यांचे फटकारे खाऊन जायबंदी होण्याची पाळी येते. मी मनात म्हणालो, 'ईश्वरकृपेनं असा काही प्रसंग आज येवो. सांगण्यासारखं तरी काही घडेल.'

बंगल्यापासून अर्धा-पाऊण मैल गाडीतूनच, पण वाईट रस्त्यानं जावं लागलं. हा रस्ता नुकताच झाला होता. इथं हत्ती तयार होता. आजूबाजूला विशाल हिरवं जंगल, जागोजाग दिसणारी तळी आणि पक्षिगण बघून मलाही गेंड्यासारखंच वाटलं; निर्धोक, एकटं, बिनकाळजी!

पलीकडं, अगदी हात-धोंड्याच्या अंतरावर चार-सहा लहान हरणं चरत होती. कान टवकारून त्यांनी काही वेळ अंदाज घेतला आणि काही धोका नाही, हे बघताच पुन्हा शेपूट लुटलुटत ती गवताचे शेंडे खुडू लागली. हत्तीवर चढून स्वार होण्यासाठी लाकडी वॉच टॉवरच्या पहिल्या मजल्याचा उपयोग करून मी हत्तीवर बसलो. राजासारखं नाही, पण जैन साधूसारखं वाटलं. मी, माहूत आणि गंगाप्रसाद.

बरोबर आलेला पर्यटन खात्याचा अधिकारी गाडीजवळ उभा होता. हात हलवून तो म्हणाला, "गुड लक टू यू सर!"

मी म्हणालो, "ॲण्ड सेफ लँडिंग टू!"

–आणि हत्ती गवतात शिरला.

काझिरंगाचा केवढातरी विस्तीर्ण प्रदेश सभोवार दिसत होता. अजून गवत फार उंच नव्हतं. रस्त्यावरून चाकोऱ्या जाव्यात, तशा हत्तीच्या जाण्यानं पडलेल्या चार-दोन वाटा समोर दिसत होत्या.

झुलत-झुलत हत्ती चालला होता. माहूत कपाळाला आडवा हात लावून चौफेर बघत होता. मी म्हणालो, "बाबा रे, टूरिस्टना जसा तू नेहमीच्या वाटेनं नेतोस आणि आणतोस, तसं करू नकोस. आपण थोडे आडरानातून भटकू या. मी फार लांबून आलोय. मला सगळं नीट बघायचं आहे. आपली ही फेरी उत्तम झाली, तर मी तुला चांगलं बक्षीस देईन."

माझं राष्ट्रभाषेतलं हे बोलणं गंगाप्रसाद चौधरीनं त्याला आसामीत सांगितलं. त्यावर चेहरा उजळवून माहूत म्हणाला, ''हां साब, मालूम है. आप तो गेस्ट है मिनिस्टर साबके!''

पुन्हा काही काळ शांततेत गेला. नुसता हत्तीच्या पायांचा दलदलीत होणारा आवाज, त्यानं ओरबाडलेल्या गवताचा आवाज! जंगलाचा सुरेख वास सर्वत्र भरून राहिला होता. भिंग चमकावं, तशी जागोजाग पाण्याची डबकी चमकत होती. दुपारच्या उन्हात बगळे, ढोक, पाणकोंबड्या चोची पंखात घालून निवांत झाले होते.

तेवढ्यात समोर बोट करून माहूत कुजबुजला, ''साब, गेंडा!''

मी टवकारून बघत राहिलो.

यापूर्वी मी गेंडा पाहिला होता, पण तो म्हैसूरच्या झूमध्ये. हरणीसारखा मवाळ, काही खायला मिळेल म्हणून मागतकऱ्यासारखा तोंड करून आपल्या दिशेनं धावत येणारा! ओळखीचा पोलीस इन्स्पेक्टर घरगुती पायजमा-शर्टात बघितला, म्हणजे जसं चमत्कारिक वाटतं, तसं मला वाटलं होतं. आता दिसणारा गेंडा स्वत:च्या घरात होता, भाड्याच्या नव्हे! समोर गवतात लहानसं पाण्याचं डबकं

होतं. त्याच्या कडेलाच भलामोठा खडक होता आणि त्यावर पांढराशुभ्र गायबगळा बसून होता. हत्ती हळूहळू डबक्याजवळ गेला. अगदी दहा यार्डांवर, तसा बगळा कुरकुरत उडाला आणि तो खडक भसदिशी पाण्यातून वर झाला.

अरे, हाच तो! प्रचंड एकशिंगी भारतीय गेंडा! पाच फूट दहा इंच उंचीचं प्रचंड धूड! नमो नम:! नमो नम:!!

बूड खाली टेकूनच महाराज उठले होते. पुढचे दोन्ही पाय तेवढे ताठ. कान टवकारलेले. चेहऱ्यावर भाव असा : "का? हाडं मोडून घ्यायची आहेत का?"

हत्तीवर बसून कोणी आपल्याला बघायला आलं असेल, ही कल्पना काही त्याच्या डोक्यात येत नसावी. ती कुणाच जनावरांना येत नाही, म्हणून तर कारवारच्या जंगलात आम्ही बैलगाडीतून हरणं टिपू शकलो होतो. हत्ती आणखी पुढं झाला, तसा हा मोहरा करून उभा राहिला. चिखलानं माखलेलं वरचं अंग वाळलं होतं. ते कुंभमेळ्यातल्या गोसाव्यासारखं दिसत होतं आणि पाण्यातून नुकतंच वर आलेलं अंग काळं, ओलं चकचकीत!

काही क्षण ताणलेली शांतता.

माझ्या अंगावर नाही म्हटलं, तरी काटा.

गेंडा हे तसं वेडं जनावर आहे. मनात आलं, तर मान खाली घालून सों सों चालून येणार.

–आणि हा काही जंगली हत्ती नव्हता. पाळलेल्या आईपोटी पाळलेल्या बापाचा वारसा घेऊन जन्मलेला आणि दिलेल्या रोट्या आणि गवताच्या पेंढ्या खाऊन बांधल्या जागी वाढलेला मवाळ हत्ती! हा जर बुजून पळाला तर? झाडाच्या फांदीवर डोकं आपटून कपाळमोक्ष व्हायचा! हत्ती थंड उभा होता. त्याचे कानसुद्धा हलत नव्हते. गेंडा डोकं फिरल्यासारखा बारीक डोळ्यांनी आणि टवकारल्या कानांनी रोखून बघत होता.

माझ्या मनात आलं, 'हा आता चार्ज करणार.'

मग भस्सदिशी तो पाण्यातून निथळत वर आला.

–आणि चार पावलं टाकून, मोहरा करून, सामने उभा राहिला; घामावर लाल माती चिकटलेल्या एखाद्या मल्लासारखा!

माझ्या मनात हलगी घाईवर येऊन वाजत राहिली.

–आणि तू तू तू करून रणशिंग फुंकलं गेलं! आता धावत येऊन धडक मारणार, अशा पवित्र्यात उभ्या राहिलेल्या गेंड्याच्या मनात एकाएकी काय आलं, कोण जाणे. एक डोळा खंबीरपणे जागी रोवून, उभ्या राहिलेल्या हत्तीवर ठेवून, कान तसेच टवकारलेले ठेवून तो सावकाश उजव्या बाजूला वळला आणि मागून हल्ला

होतोय की नाही, याचा अंदाज घेत घेत गवतात शिरला. पाठीमागूनही त्याचं रूप काच्या कसलेल्या मल्लासारखंच दिसत होतं. माझी निराशा झाली.

इ. पी. गी यांनी लिहून ठेवलेली हकिकत मला आठवली. अगदी सुरुवातीला, म्हणजे तीस साली हा साहेब माणूस हत्तीवर बसून काझिरंगा अभयारण्यात हिंडला. हिंडून झाल्यावर व्हिजिटर्स बुकमध्ये त्यानं नोंद केली : "Twice charged by

rhino and the elephant each time bolted for some distance." पुढं काही महिन्यांनी त्याचे काही चहामळेवाले मित्र काझिरंगाला गेले. दरम्यान, गेंड्यांना ठाऊक झालं होतं की, हत्ती असे अधूनमधून आपल्या दर्शनासाठी येतात, त्यानं डोकं बिघडवून घेण्यासारखं काही नाही. अभयारण्याची प्रवेश फी आणि हत्तीचं भाडं भरल्यानंतर पावती खिशात टाकून या मित्रांनी त्याच बुकात गी यांच्या नोंदीखाली नोंद केली : "Rather disappointing, charged only by the Forest Department."

फेरी संपल्यावर अशीच काहीशी नोंद मला करावी लागणार, असं माझ्या मनात आलं.

(पण तसं घडलं नाही. पुढं I was charged by both- the rhino and the Forest Department.)

गवतात शिरून चाललेला गेंडा बराच वेळ दिसत राहिला. हत्ती बराच चालून गेला. आता गवत फार उंच होतं. जवळजवळ पंधरा फूट. हिरवंगार आणि माथ्यावर काळपट करड्या रंगाचे तुरे फुललेले! मधूनच पुढच्या गवतात झाकलेले पांढरेशुभ्र बगळे भर्रकन उडत आणि पुढं गेलं की, पाण्यात उभा असा गेंडा दिसे. तेवढ्या फेरीत एकूण नऊ गेंडे मी मोजले. प्रत्येक वेळी ते एकएकटे होते. कुठं जोडी नव्हती की आई आणि पोर नव्हतं. प्रत्येक वेळी पाहिलेला गेंडा पाण्याच्या डबक्यात होता, नाल्याच्या संथ पाण्यात डुंबत होता. आसपास गायबगळे होते. एकदा एकाच्या पाठीवर काळा कोतवाल दिसला. काहींच्या पाठींवर मैना होत्या. सतत पाण्यात राहावं, एवढी काही उष्णता हवेत नव्हती, तरी हे सगळे गेंडे पाण्यात का उभे होते?

नाना जातींच्या कीटकांचा त्यांना ताप होत असावा, कारण आम्हाला पाठीवर घेऊन चाललेला हत्तीही गवताचा झाडू सोंडेत गोळा करून सारखा माश्या, डास वारीत होता. गेंड्याच्या कातडीला वळ्या, घड्या अनेक असतात. त्यातून शिरून त्याचं रक्त पिणारे गोचीड, गोमाश्यांसारखे प्राणी त्याला सतावून सोडत असावेत. म्हणूनच बगळे, मैना आणि कोतवाल यांसारखे पक्षी त्याच्या अंगाभोवती होते आणि कीटकांचा जाच टाळण्यासाठीच हे सगळे गेंडे पाण्यात शिरत असावेत.

काझिरंगाच्या वाटेनं येताना आणि अभयारण्यात फिरताना अरेरे म्हणावं, अशी एकच दुष्ट वनस्पती मला सर्वत्र वाढलेली दिसली. वॉटर हायसिंथ! जिथं जिथं पाणी होतं, तिथं तिथं ही वनस्पती भयाण वाढलेली होती. (हिची वाढ इतक्या झपाट्यानं होते म्हणे की, एखादा लहान तुकडा महिन्यात सहाशे चौरस यार्ड पसरतो.) साऊथ अमेरिकेतून कोणीतरी शोभेचं झाड म्हणून हे बी पन्नास-साठ वर्षांपूर्वी भारतात

आणलं आणि बघता बघता त्यानं आजचं अक्राळ-विक्राळ रूप धारण केलं! याला कोणी तोंड लावत नाहीत. रानडुकरं कधीमधी मुळं खातात.

शिकारचोरांकडून गेंड्याची शिकार अजूनही होते. कारण नुसत्या शिंगांचाच व्यापार होत नाही. गेंड्याचं मांस, कातडी यांनाही लोकांनी अनेक दैवी गुण चिकटवले आहेत.

स्वित्झर्लंडमध्ये संशोधन होऊन सिद्ध झालेलं आहे की, शिंगात काही औषधी गुण नाही, पण लोकांचा विश्वास आहे. हे शिंग अंथरुणाखाली ठेवलं की, बाळंतपण सुखरूप होतं या समजुतीपायी ज्याच्यापाशी शिंग आहे, त्याला जबर भाडं देऊन शिंग आणलं जातं आणि अंथरुणाखाली ठेवलं जातं.

शिंगाच्या कोरलेल्या प्याल्यात घेऊन कोणतंही पेय बिनधोक प्यावं, त्यात कोणी दुष्टाव्यानं विष मिसळलं असलं, तर तत्काळ या पेल्यात त्याला फेस दिसतो. या समजुतीपायी अनेक राजे-रजवाडे असले पेले वापरीत. अजूनही असले पेले वस्तुसंग्रहालयांतून पाहायला मिळतात.

तेराशे एकोणनव्वद सालात तैमूरलंगानं अनेक गेंड्यांची काश्मीरकडे शिकार केल्याची वर्णनं आहेत.

पंधराशे एकोणीस सालात सिंधू नदीच्या काठी आपण गेंड्याची शिकार केल्याची नोंद बाबरानं केलेली आहे.

कोणा एका राजानं त्याच सुमारास पोर्तुगालच्या राजाला एक गेंडा गोव्याहून जहाजात घालून पाठवला, असंही इतिहास सांगतो. या भागातले गेंडे हळूहळू नाहीसे झाले.

गेंड्याची नजर तीक्ष्ण नसते. धोक्यापासून दूर पळून जीव वाचवण्याऐवजी तो बेधडक त्याला सामोरा जातो. शिवाय नेहमी एकाच जागी विष्ठा टाकण्यासाठी जाण्याची त्याला सवय असते. या जागी जातानासुद्धा तो समोर डोळे ठेवून न जाता पाठमोरा होऊन सरकत सरकत मागे जातो. या सवयीचा फायदा घेऊन शिकारचोर त्याच्या विष्ठेच्या ठरावीक जागा हेरून खड्डे खणतात. त्यावर फांद्या, पाला-पाचोळा पसरून टाकतात आणि वेडा गेंडा नेमका या खड्ड्यात पडून त्यांच्या हाती लागतो.

ज्याला शिंग शिंग म्हणतात, ते याचं शिंग बैलाच्या, हरणाच्या शिंगासारखं नसतं. केसासारखे तंतू एकत्र घट्ट होऊन तयार झालेली ही एक प्रकारची गाठ असते. ते कवटीच्या हाडाशीही सांधलेलं नसतं; मांसातच असतं. जोराचा दणका

बसला, तर ते उखडून येतं; रक्तस्राव होतो. पुन्हा काही काळानं वर्षभरात नवी वाढ होते.

लोक आजारावर औषध म्हणून गेंड्याच्या कातड्याचे तुकडे अंगावर घालतात. त्याचं शिंग पाण्यात टाकून ते पाणी रोज चमचा चमचा पितात. दमा आणि डांग्या-खोकला बरा होतो, या समजुतीनं गेंड्याचं मूत्रसुद्धा पितात. कोलकात्याच्या प्राणिसंग्रहालयाला गेंड्याचं मूत्र विकून दर वर्षी दहाएक हजार रुपये उत्पन्न मिळतं! असा हा मौल्यवान भारतीय गेंडा काझिरंगा अभयारण्यानं सांभाळला आहे, वाढवला आहे. जवळजवळ सातशे गेंडे काझिरंगाच्या कुरणात आज नांदताहेत. पैकी नऊ तर मी प्रत्यक्ष डोळ्यानं पाहिले!

लहान तांबडी हरणं जोडीजोडीनं गवतात बसून होती. हिरव्या गवतात पाय दुमडून बसलेली, मोठ्यामोठ्या कानांची ही हरणं इतक्या जवळून मी यापूर्वी कधीच बघितली नव्हती.

एकदा तर अगदी जवळ, काही फुटांवर हत्ती येईपर्यंत ती सावट घेत होती. मग 'कुक' असा आवाज करून उठली आणि धूम पळाली! ही हॉगडिअर्स होती. काझिरंगाला त्यांची संख्या बरीच मोठी होती. वेगवेगळ्या जातींची पंधराशे हरणं या अरण्यात आहेत, असं फॉरेस्ट ऑफिसर म्हणाले. शिरगणती बहात्तर सालची होती. गेंडे सातशे, हत्ती चारशे बावीस, म्हशी आणि रेडे मिळून पाचशे पंचावन्न, रानडुकरं पाचशेबावीस, अस्वलं सहा, गवे अठरा, वाघ एकोणतीस.

जाता जाता बरंच उंच गवत पुन्हा लागलं. उसाच्या मळ्यातून जात आहोत, असं वाटलं. मध्येच हत्ती थांबवून माहुतानं खाली बोट दाखवलं. वाघाची अगदी ताजी पावलं चिखलात उमटली होती. कदाचित हरणाच्या कळपावर डोळा ठेवून तो इथंच कुठं जवळपास बसून असावा.

समोरचं, आजूबाजूचं काही दिसत नव्हतं.

काळोखातून वाट काढीत जावं, तसा हत्ती जात होता. वाघाचा माग लागल्यामुळे आम्ही गप्प होतो.

एवढ्यात मोठ्यानं गुरगुराट झाला आणि चढावरून मागं लोटला जावा, तसा हत्ती पाच-पंधरा पावलं सरसर मागं सरला. आम्ही हिंदकळलो. सावरून एकमेकांना घट्ट धरून बसलो. माहुतानं अंकुश लावून काही इशारा केला. हत्ती पुन्हा थोडा वेगानं पुढं सरला. पुन्हा गुरगुराट! पुन्हा हत्ती वेडावाकडा मागं गवतात सरला, बराच मागं; दिसत काहीच नव्हतं.

समोर होतं काय?

मारलेलं हरीण पुढ्यात असलेला आणि त्याच्या उष्ण, लालभडक रक्तानं तोंड, मिश्या माखलेला वाघ?

हा हत्ती काही पोरसवदा, कच्चा नव्हता. चांगला अनुभवी, प्रसंगी खंबीरपणानं जाग्यावर रुतून उभा राहणारा होता. तो एवढा विलक्षण घाबरून मागं का सरत होता? आता मात्र माहूतही चिडला. पुन:पुन्हा इशारा करून 'पुढं हो! पुढं भीड!' असं सांगू लागला.

मग हत्ती मोठ्यांदा चीत्कारला आणि सोंड उभारून आवेशानं पुढं झाला.

मला वाटलं, आता काही दंगा होणार.

आवेशानं हत्ती पुढं झाला आणि चिखल-पाण्यात धाड धाड आवाज करीत एक प्रचंड गेंडा पाठमोरा जाताना दिसला. म्हणजे गेंडाच होता; वाघ नव्हे. हे सगळं अगदी थोडक्या वेळात घडून गेलं, पण माझी छाती बराच वेळ धडधडत होती. म्हणजे गेंडा हत्तीवरसुद्धा धावून येतो आणि हत्ती माघार घेऊन पळतो, हे खरंच!

या दाट गवतात पुढच्या डबक्यात बसलेला गेंडा हत्तीला दिसलाच नसावा आणि शांतपणे समाधी लावून थंड पाण्यात उभ्या राहिलेल्या गेंड्यालाही हत्ती आला, हे कळलं नसावं. एकदम दचकून त्यानं चार्ज केला आणि बेसावध हत्ती सरासरा मागं सरला. काही का असेना, काझिरंगात क्वचित घडणारा नाट्यपूर्ण प्रसंग घडला होता. त्याची थोडी चुणूक मला अनुभवायला मिळाली होती.

काही घडलंच नाही, अशा थाटात हत्ती पुन्हा चालू लागला. जाता जाता दोन्ही बाजूंचं गवत ओरबाडू लागला. मधूनच एखादा घास तोंडात घालत होता, मधूनच डास-माश्या वारीत होता.

समोर विस्तृत असा पाणथळ भाग आला. सूर्यप्रकाशात पाणी लखलखत होतं. बोरूच्या बेटांतून बदकं पोहत होती. ढोक, बगळे सावध होऊन, माना काढून आमच्याकडे बघत होते.

एवढ्यात उथळ पाण्यात बसलेली दोन हरणं दिसली. स्वॅम्प डिअर्स. एक मादी आणि तिचं एक पोर. मोठाले कान टवकारून बघत होती.

हत्ती त्यांच्या दिशेनं पुढं पुढं येत होता.

हा नक्की काही धोका आहे का? आपण सुखानं बसलो आहोत, हे सोडून उधळावं का? काही क्षणांतच आई उठून उभी राहिली. एकटक बघू लागली. पोरही उठलं. चित्रासारखी ती दोन्ही बघू लागली. लव्हाळ्यांची, बोरूच्या पात्यांची आणि त्यांची प्रतिबिंबं पाण्यात पडली होती.

मी हरखून हे निसर्गचित्र बघत होतो.

हत्तीचं धूड आपल्या दिशेनं पुढं पुढंच येत आहे, हे ध्यानी येताच ती मायलेकरं आमच्यावरची नजर न काढता सावकाश उजव्या बाजूला पुढं पुढं सरकू लागली.

–आणि उजव्या बाजूला काही अंतरावर, ढळत्या सूर्याच्या प्रकाशानं लखलखीत झालेल्या आकाशाच्या पार्श्वभूमीवर हरणांचा कळप दिसला. हे सारेच तरुण नर असावेत. बोरूच्या रेघांमागे त्यांच्या काळपट आकृत्या दिसत होत्या. सगळ्यांच्या माना वर आणि मोठमोठे कान टवकारलेले होते. म्हणजे ही आई आणि पोर काटकोनात त्यांच्या दिशेनं पुढं सरकत होते. काही वेळ अंदाज घेऊन बारा-पंधरा नरांचा तो कळपही हळूहळू पुढं सरळ दिशेनं सरकू लागला.

–आणि या दोहोंच्या मध्ये एका मोठ्या झुडपाच्या सावलीला बसलेला भव्य शिंगाचा एकच एक बारशिंगा आम्हाला दिसला. या सगळ्या कळपाचा तो स्वामी असावा. पसरल्या कानांनी तो एकटक आमच्याकडं बघत होता. डाव्या बाजूला पुढं

पुढं सरकत जाणारी आई आणि तिचं लेकरू पुढं, थेट समोर हा बारशिंगा आणि उजव्या बाजूला तो कळप असं मनोहारी दृश्य होतं.

दलदलीच्या भागात राहणारी ही हरणं 'शाळा' करून वावरतात. एका वयाची पंधरा-वीस हरणं दंगाधोपा न करता चरतात. मुलांची शाळा वेगळी, मुलींची वेगळी. पोरांच्या शाळेत कधीकधी एकदम दोन नर हातघाईवर येतात. शिंगाला शिंग भिडवून रेटारेटी सुरू होते; पण हे भांडण नसतं. तू मोठा की मी मोठा ठरवण्यासाठी हे ताकदीचं प्रदर्शन असतं. यात उजवा ठरेल, तो विजेता! लगेच त्याचं वडीलपण मान्य करून दुसरा प्रतिस्पर्धी माघार घेतो. पुन्हा गुण्यागोविंदानं दोघं चरू लागतात.

अशी रेटारेटी होऊन नंबर ठरतात. एक, दोन, तीन, चार. मोठ्या बापाचा म्हणून कोणी मोठा मानला जात नाही. कळपात राहून आपण नंबर ठरवून घ्यावा लागतो.

अशा शाळांपैकी ही एक 'शाळा' होती. चकचकीत प्रकाशामुळे मी मोजू शकलो नाही, पण एकूण पंधरा-वीस पोरं असावीत.

–आणि हा भव्य शिंगाचा नर म्हणजे नंबर एकचा असावा. त्या मादीचा धनी आणि पोरांचा बाप.

मादी आणि पोर, ती तिकडची तरुण पोरं सगळी सावध झाली होती; पण हा नं. १चा बारशिंगा अजून जागच्या जागी स्थिर होता. हत्ती जवळजवळ जाऊ लागला.

तसा तो केवळ उठून उभा राहिला आणि त्या क्षणी ती तरुण पोरं उधळली. ती आई, ते पोर उधळलं. पाण्यातून आवाज करत पंधराएक यार्डांवर जाऊन थांबलं. पुन्हा माना वळवून कान पसरून बघत राहिलं.

नर मात्र जागीच उभा होता.

पळून जाणं त्याला शोभण्यासारखं नव्हतं. खरोखरीच हा धोका होता, याची पूर्ण खात्री झाल्याशिवाय तो पळणार नव्हता. ते त्याचं ब्रीद नव्हतं. तो कळपाचा शास्ता होता. आम्ही त्याच्या वडीलकीचा मान राखला. हत्ती उलट्या दिशेला फिरवून निघालो. पाण्यातून, गाळातून, वनस्पतींच्या दाट तवंगातून वाढ काढत हत्ती विरुद्ध दिशेला दूर दूर जात होता. मी मागं वळून बघत होतो.

कळपाचा शास्ता बारशिंगा अजून जागी ठाम उभा होता.

''साब, सामने देखिये!''

मागं बघत होतो, तो वळून मी समोर पाहिलं.

दूरवर नदीच्या काठाला हिरव्यागार गवताच्या पार्श्वभूमीवर काळे ठिपके दिसत होते. काळे ठिपके आणि पांढरे गायबगळे. मी दुर्बीण डोळ्यांना लावली.

पार पलीकडे, ओढ्याच्या काठी रानम्हशींचा कळप चरत होता. दुर्बिणीतून बघूनही मला एवढंच दिसलं. मागं हिरवंगार उंच गवत होतं. त्यामागं झाडंझुडं आणि निळं आकाश होतं. या पार्श्वभूमीवर काळाभोर रानम्हशींचा कळप चरत होता आणि बरेच गायबगळे कळपाच्या मागंपुढं टपून राहिलेले होते. काही धीट बगळे म्हशींच्या पाठीवर, शिंगांवर झोकात बसून होते.

मी आजवर ऐकत आलो होतो, रानम्हशी हा जंगलातला प्राणी भयानक असतो. मुळात या जातीजवळ आडमुठेपणा असतोच. देवानंच दिलेला! त्यात या रानम्हशी. वाघ हा त्यांचा घरातला शत्रू आणि शिकारी माणूस हा बाहेरचा! या दोघांपासून संरक्षण करण्यासाठी यांना सतत तत्पर राहावं लागतं. मोठमोठे कान पसरून आणि ओलसर नाकाड वर करून जेव्हा-तेव्हा त्या सावट घेत असतात – वाघाचा, माणसाचा! डेअरीतल्या म्हशी बघून या म्हशींची कल्पना येणं कठीण,

पण हे धूड प्रचंड असतं. रेड्याची उंची पाच फूट सहा इंच. कधीकधी सहा फूट सहा इंच. वजन दोन हजार पौंड. शिंगाची लांबी एका शिंगाच्या टोकापासून मस्तक धरून दुसऱ्या शिंगाच्या टोकापर्यंत एकशेआठ इंच. 'Rifle and Romance in the Indian Jungle' या पुस्तकाचा लेखक तर ही लांबी एकशे एकोणसत्तर इंच म्हणून सांगतो! तो लिहितो की, ब्रिटिश म्युझियममध्ये ठेवलेल्या एका शिंगाची लांबी साडेअठ्ठ्याहत्तर इंच आहे. कळपात म्हशी आणि लहान रेडकं असतात. रेडे मात्र एकटेदुकटेच असतात. अंधारात लांबलांब भटकत राहतात. या नदीकाठावरून त्या नदीच्या काठी! कधीकधी एकट्या रेड्याच्या जोडीला तरुण असा दुसरा रेडाही असतो. अशा रेड्याचा माग काढून त्याची शिकार करणं, ही फार धोक्याची आणि अतिशय कष्टाची बाब असते.

'Rifle and Romance'च्या लेखकानं एक कथा नोंदलेली आहे. एका शेतकऱ्यानं कष्टानं माग काढून मोठा रेडा मारला. संध्याकाळ झाली होती, म्हणून तो परत कॅंपवर आला आणि दुसऱ्या दिवशी सकाळी पुन्हा मागावर गेला. रेडा पडलेला दिसला. मेला असेल, अशा समजुतीनं शिकारी जवळ जाताच रेड्यानं उठून हल्ला केला. शिकारी झाडाकडं धावला. बुंध्याच्या आड झाला. रेडा बुंध्याशी धडकला, तेव्हा बुंध्याच्या दोन्ही बाजूंनी अंगाशी आलेली त्याची दोन्ही शिंगं शिकाऱ्यानं घट्ट धरली. पण एका झिंझाड्यासरशी रेड्यानं शिकाऱ्याला बाजूला फेकलं आणि शिंगांनी भोसकलं. एक शिंग शरीरातून आरपार गेलं. रेडा निघून गेल्यावर शिकाऱ्याच्या बरोबरीची माणसं त्याच्या मदतीला धावली. त्यांना बघताच शिकारी फक्त एक शब्द बोलला, "पाणी!"

–आणि दुसऱ्या क्षणी त्यानं प्राण सोडला.

काय प्रकार झाला असेल, याची थोडीशी कल्पना मी स्वत: करू शकतो, कारण म्हसरू या आडमुठ्या जातीच्या शिंगाचा प्रसाद मलाही एकवार मिळालेला आहे.

मी दहा-अकरा वर्षांचा असेन. गावापासून अर्धा मैल दूर आमचं रान होतं; पंधरकी. नोकरीनिमित्त वडलांना आणि आम्हाला गावोगाव हिंडावं लागे. म्हणून पंधरकी आम्ही बटईनं एका शेतकऱ्याला दिली होती. तिथून मैलभर दूर असलेल्या यमाजी पाटलाच्या वाडीतला शेतकरी सज्जन होता; पण त्याची म्हैस मारकुटी होती, याचा मला पत्ता नव्हता. अधूनमधून आईबरोबर मी माडगूळला गेलो की, एकटाच पंधरकीत जात असे. पंधरकीतल्या सपाट तांबड्या रानातून सहज चक्कर मारली, तरी मन रमत असे.

कुठं बाभळीच्या झुडपात बसून पठाणी होला मान फुगवून घू घू घू बोलत असे.

कुठं पकुड्यांचा थवा माना वर काढून बघत असे, कुठं भुरगुंज्याचा थवा फर्रकन आपल्या पायांतून उडे. नाना पाखरांच्या गळ्यानं सगळी पंधरकी बोलत असे आणि नाना वासांनी घमघमत असे. फुललेल्या गवताचा, झुडपांचा, पिकांचा वास सर्वत्र पसरलेला असे. मी गेलो, तेव्हा पंधरकीत कडधान होतं. मटकी शेंगाला आली होती. मूग होते, चवळी होती. चवळीच्या कोवळ्या शेंगा मुठी भरभरून तोडाव्या, चड्डीचे दोन्ही खिसे भरावेत आणि गवताळ बांधाच्या लोडाला टेकून मनसोक्त शेंगा खाव्यात, म्हणून मी गेलो होतो. तर ऐन पिकात शिरून कडधान खाणारी म्हैस दिसली. आजूबाजूला कोणी माणूसकाणूस नव्हतं आणि ही ओढाळ म्हैस खुशाल कडधान खात होती.

माझं पित्त खवळलं. बांधावरचे दगड घेऊन मी तिच्या अंगावर धावलो.

"तुज्या मायला तुज्या डोबराच्या!" म्हणून धोंडा भिरकावला. यावर गर्रकन तोंड फिरवून उलट्या दिशेनं टोंगाळा करण्याऐवजी म्हैस शिंगं रोखून माझ्यावरच धावून आली आणि पळून जायला मुळीच संधी न देता तिनं मला शिंगांवर उचललं

आणि कडधानात आपटलं. एवढ्यानं भागलं नाही. तिच्या निबर शिंगाचं टोक नेमकं माझ्या चड्डीच्या कमरपट्ट्यात घुसून बाहेर आलं. शिंगाला मी टांगलाच गेलो. पुन्हा पुन्हा म्हैस मला उचलत होती आणि पुन्हा पुन्हा लाल मातीत घोळसत होती. परटाच्या हातून धुणं खडकावर आपटलं जावं, तसा मी धुतला जात होतो. रडत होतो, घाबरून ओरडत होतो आणि चड्डीचा पट्टा तुटता तुटत नव्हता.

शेवटी कसं मला सुचलं कुणाला ठाऊक, घोळसला जाता जाता मी बटणं काढून चड्डीतून बाहेर पडलो आणि जीव घेऊन गावाच्या दिशेनं, उभ्या पिकातून, कडधानातून, बोराटी-मुरमुटीच्या झुडपांतून आडवातिडवा पळत गाव गाठलं. रात्री माझी निळी चड्डी वाटेकऱ्यानं घरी आणून दिली. कडधानानं कूस भरून म्हैस दिवस मावळल्यावर घरी गेली, तेव्हा म्हशीच्या शिंगाला लोंबताना त्यानं ती पाहिली. पंधरकीत चरायला गेलेल्या म्हशीच्या शिंगाला चड्डी आहे, त्या अर्थी ही धाकट्या मालकांचीच असणार, असा अंदाज त्या चाणाक्ष शेतकऱ्यानं बांधला आणि तातडीनं तो माझी लाज झाकण्यासाठी चड्डी घेऊन आला होता.

चला! जिवावर बेतलं होतं, ते चड्डीवर निभावलं!

आता गोठ्यात राहून, धन्यानं दिलेला बैलाचा उष्टा चगळचोथा खाऊन शेणाचा पू टाकणाऱ्या म्हशीची ही हिंमत, तर जंगलचा चारा खाऊन आणि मोकळा वारा पिऊन स्वतंत्र वृत्तीनं जगणाऱ्या रानम्हशींचं काय सांगावं?

आणि रानरेड्यांच्या हिमतीचा अंदाज कुणी घ्यावा?

गुडघ्याएवढ्या चिखलातून, गवतातून, पाण्यातून वाट काढीत आमचा हत्ती कळपाच्या दिशेनं निघाला. धोक्याची हाकाटी करत बगळे, ढोक, बदकं उडू लागली.

अंगाला चिकटून रक्त पिणाऱ्या कीटकांचा वैताग चुकवण्यासाठी जंगली म्हशी, रेडे राडीत लोळतात आणि ती पुटं अंगावर वागवतात. उन्हात राड वाळली, की झाडांच्या खोडाला अंग घासतात. राडीच्या पोपड्यांबरोबर अंगावरच्या गोचड्याही निखळून पडतात. नको तिथले केस काढण्यासाठी स्त्रिया सौंदर्यप्रसाधन चोपडतात, तशातला हा एक प्रकार.

रानम्हशींचा कळप फार बुजरा असतो. माणसाचा वाराही त्या घेत नाहीत. फोटो काढण्यासाठी जवळ जाणं अशक्यच! म्हशी तत्काळ गवतात शिरून दिसेनाशा होतात आणि चुकून रेडा कळपात असला, तर तो बेधडक अंगावर चाल करतो. म्हणून गावठी म्हशींच्या कळपात शिरून फोटोग्राफरनं या रेड्याजवळ जावं, असं ई.पी.गी. सुचवतात. लहान म्हशींचा कळप जवळ आला की, एरवी अंगावर

धावून येणारा हा रेडा पाघळतो आणि अगदी गरिबासारखा वागतो. आपण हत्तीवर असतानासुद्धा रेडा अनेक वेळा धावून आला आणि एकदा पायउतार होऊन फोटो काढण्यासाठी गेलो असताना रेड्यानं पाठलाग केला. केवळ नशीब बलवत्तर म्हणून सुटलो, अशी नोंदही एका ठिकाणी त्यांनी केली आहे.

हे एकुलगे रेडे खुशाल अभयारण्याच्या बाहेर पडून गावठी म्हशींकडं जातात. तिथं रेडा असला, तर तत्काळ त्याचा जीव घेतात. अशा एका रेड्यानं नऊ पाळीव रेडे मारल्याची नोंद आहे. त्यामुळे आसपासचे गवळी रेडा असा बाळगतच नाहीत. त्यांच्या म्हशींनी पोरं होतात, ती अशा जंगली रेड्यांपासनंच. ही रेडकं चांगली थोराड निपजतात; पण टोणगा निपजला, तर तो शेतकामाला कुचकामी ठरतो आणि रेडी निपजली, तर ती दुभती म्हणून फारशी उपयोगाची नसते.

तरी बरं, ब्रह्मपुत्रेच्या काठच्या या जातीची शिंगं आफ्रिकेतल्या म्हशी-रेड्यांसारखी नसतात. त्यांची शिकार करणाऱ्या अनेकांनी आफ्रिकेच्या जंगलातला एक भयंकर प्राणी म्हणूनच म्हशीचं वर्णन केलं आहे. या म्हशींची शिंगं फार जाडजूड आणि मुंडाश्याच्या वेढ्यांसारखी अगदी कपाळावरच असतात.

हंटर नावाच्या शिकाऱ्यानं आपल्या पुस्तकात दिलेली एक हकिकत मला आठवते. मसाई लोक हे किती शूर असतात, हे सांगताना त्यानं आठवण लिहिली आहे. भाल्यानं शिकार करायला गेलेल्या एका मसाई योद्ध्याला म्हशीनं घोळसलं होतं. हंटरनं त्याला उचलून आपल्या जीपमध्ये घातला. (आणि साठ मैल दूर असलेल्या हॉस्पिटलमध्ये पोहोचवला.) असं स्पष्टच दिसत होतं की, त्याच्या शरीरातली अनेक हाडं मोडली होती, पण सबंध प्रवासात हा पुरुषोत्तम एकदाही कण्हला, विव्हळला नाही; मग रडण्याभेकण्याचं नावच नको!

मसाई पोरगा वयात आला, आता त्याला जोडीदारीण द्यावी, असं जमातीतले बाप्ये केव्हा मानतात, तर त्या पोरानं हातात भाला आणि ढाल घेऊन सिंहावर हल्ला केला आणि रिकाम्या हातानं त्या वनराजाच्या शेपटाला धरून खेचलं, म्हणजे!

आता हत्ती जवळजवळ जात होता. तो वीसएक यार्डांवर आला, तेव्हा सगळा कळप चित्रासारखा स्तब्ध उभा राहिला. नाकं वर केलेली. सदा माश्या वारण्यासाठी हलणारे मोठमोठे कान आणि शेपूटसुद्धा स्तब्ध! बगळे कुरकुरत उडाले आणि दूर झाडावर जाऊन बसले.

पंधरा-वीस म्हशी होत्या, त्या लगेच शेजारच्या उंच गवतात शिरून दिसेनाशा झाल्या. एक म्हैस मात्र ठाम उभी होती आणि तिच्या पायांशी एक लहान पोर. दोघंही हत्तीकडे रोखून बघत होते.

ही म्हैस त्या कळपाची प्रमुख असावी. शिवाय त्या पोराची आई. वाट्टेल ते

झालं, तरी ही आपली आई शत्रूशी झुंज देईल आणि आपलं रक्षण करील, असा विश्वास त्याला वाटत असला पाहिजे.

हत्ती चांगला जवळ गेला आणि गप्प उभा राहिला. जणूकाही त्याला ही लक्ष्मणरेषा माहीत होती. इथून पुढं चार पावलं आपण टाकली की, ही महाकाय म्हैस पुढचा पाय उचलून आपटील. चिखलमाती उधळील. नाकपुड्या फेंदारून फुत्कार करील आणि एखादा कडा कोसळावा, तशी आपल्यावर कोसळेलच, याबद्दल त्याला शंका नव्हती. पोर आईच्या सावलीत उभं!

आई आव्हान स्वीकारून उभी!

हत्ती स्तब्ध!

आम्ही निश्चल. श्वास रोखून!

काही क्षण गेले.

–आणि माहुतानं हळूच हत्तीला खूण केली. हत्ती सावकाश फिरला. आल्या वाटेनं परत निघाला.

आई आणि पोर अजूनही तशीच उभी होती.

काझिरंगाच्या गवताळ आणि ओल्या रानातून भटकता भटकता अडीच-तीन तास निघून गेले होते. दिवस मावळतीला चालला होता. संध्याकाळच्या वाऱ्यानं गवत डुलत होतं. पाखरं रात्रीच्या मुक्कामावर परत निघाली होती. लवकरच हरणं, म्हशी, गेंडे ही जनावरंही रवंथ करीत कुठंतरी आडोशाला, उबेला बसणार होती. पश्चिम दिशा डाळिंबाच्या फुलासारखी दिसत होती. पक्ष्यांच्या काळ्या आकृत्या घरट्याच्या ओढीनं लाल आकाशातून जात होत्या.

आता आम्हाला परत जाणं भाग होतं. जाता जाता अगदी वाटेवर हरणांची जोडी दिसली. एक रानकोंबडा आडवा तुरतुरत गेला.

या अडीच-तीन तासांत कितीतरी वन्य पशुपक्षी दिसले. मी काही मैलोगणती हिंडलो नव्हतो, तरी म्हशी दिसल्या, हरणं दिसली, गेंडे दिसले. वाघाची ताजी पावलं दिसली. जवळजवळ दहा हजार वेगवेगळे पशुपक्षी या अरण्यात सुखानं राहत होते. त्यांचं ईषत् दर्शन तरी मी घेतलं. शांततामय सहजीवनाचा वारंवार घोष न करता सगळे एकत्र नांदत होते. शेजारी शेजारी चरत होते. हत्ती, हरणं, गेंडे, म्हशी ही सगळी गवतात चरणारी मंडळी; पण तिथं मी-तू, मी-तू होत नव्हतं.

का बरं?

आफ्रिकेच्या गवताळ प्रदेशात वन्य प्राण्यांचे कळप एकमेकांत मिसळून चरत असतात. पलीकडेच काही अंतरावर उंच गवतात सिंहीण दबा धरून बसलेली

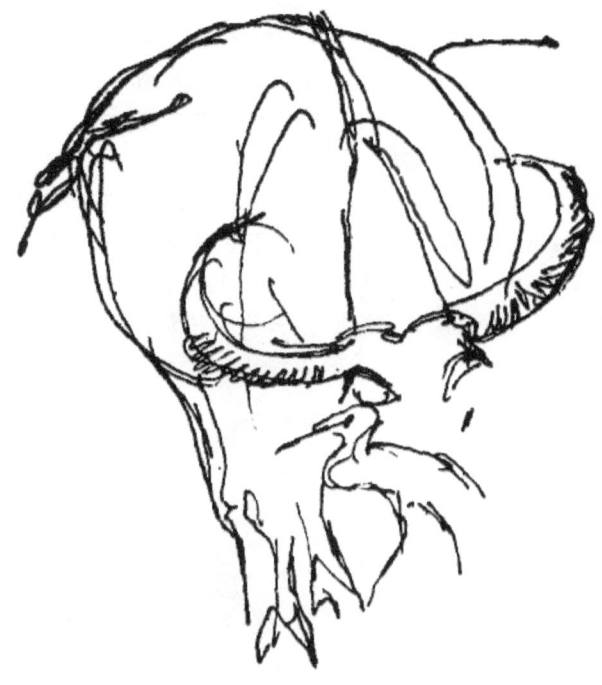

असते. ती तिथं आहे हे माहीत असूनही सावधपणानं हरणं चरत असतात. म्हशी चरत असतात. जिवाला धोका असणं हा जीवनाचाच एक भाग आहे, हे त्यांनी गृहीत धरलेलं असतं. माझं गवत हा खाईल आणि मी उपाशी राहीन, असं कुणाला वाटत नाही. त्यावरून कळपाकळपांच्या मारामाऱ्याही होत नाहीत.

गवतासारखं एकच अन्न; पण प्रत्येक प्राण्याच्या त्याविषयीच्या चवी वेगळ्या असतात. ग्रू नावानं ओळखला जाणारा हरणाच्याच जातीचा प्राणी, फक्त कोवळे लुसलुशीत गवत खातो. उलट झेब्रे तेच गवत चांगलं वाढल्यावर त्याच्यावर चरतात आणि टोपी जातींची काळविटं त्याच्यावर तुटून पडतात, तेही गवत चांगलं निबर झालं, म्हणजे मग!

अशीच काही पद्धत काझिरंगातल्या या जनावरांनीही उचलली नसेल ना? गवत तेच, पण वेगवेगळ्या अवस्थेत, वेगवेगळ्या प्राण्यांनी खावं. म्हणजे मारामारीचा संभवच नाही.

दुसरी एक मजेची गोष्ट मी सारखी पाहत होतो. म्हशींच्या मागे, पुढे गायबगळे सारखे टपून होते. या थोराड जनावरांच्या चारीही पायांनी आणि त्यांच्या मुस्कटांनी

गवतातून उडणारे टोळ, गवळणीसारखे कीटक, अळ्या, सरडे, उंदरं, बेडकं असं त्यांचं खाद्य फार शोधाशोध न करता आयतं त्यांना मिळत होतं. म्हशी पुढं सरकल्या की, उडण्याची तकलीफ न घेता हे पांढरेधोट बगळे वाहनात बसून मजेनं जावं, तसं त्यांच्या पाठीवर, शिंगावर बसून जात होते आणि यात काही गैर आहे, ही पाखरं आपला भलताच फायदा उठवीत आहेत, असं म्हशींना वाटत नव्हतं. पाखरांची चालण्याची शक्ती ती किती? म्हणून ते या वाहनांचा उपयोग करून घेत असावेत. हेच बगळे गेंड्याच्या भोवतीही गर्दी करून होते. हरणाच्या पाठीवर लहान साळुंक्या होत्या, काळे कोतवाल होते. जनावरं खाली बसून चरत होती आणि ही लहान पाखरं त्यांच्या पाठीवर बसून होती. एखादा लठ्ठ टोळ दिसला की, तेवढ्यापुरती गिरकी

घेऊन त्याला मटकावत होती आणि पुन्हा पाठीवर बसत होती. उंचावर असल्यामुळे त्यांना सगळीकडे नजर ठेवता येत होती. माना वेळावून ती दाही दिशांना बघू शकत होती. कुठं धोका जाणवला की, ओरडून ओरडून गेंड्यांना, हरणांना, म्हशींना इशारा देत होती. हिरव्यागार गवतातून अचानक फर्रकन तीन-चार पांढरेधोट बगळे उडत आणि जरा पुढं जाऊन बघावं, तर निळ्या पाण्यात डुंबणारा काळाधोप गेंडा दिसे! पाठीवरचे बगळे असे उडताच तो सावध होऊन उठलेला असे. ही लहान पाखरं जनावरांच्या पाठीवरूनच सफर करतात असं नाही, तर चार-पाच फूट उंचीचा बस्टार्ड पक्षी जेव्हा गवतातून चालतो, तेव्हा त्याच्या पाठीवर बसूनसुद्धा कोतवालासारखा एखादा लहानगा पक्षी आपण हत्तीवरून जावं, तसा जातो. वाहनाचा आनंद

माणसानंच घ्यावा, असं थोडंच आहे!

रान काढून सावज उठवण्याचं काम मोठी जनावरं करतात आणि ही पाखरं आपली शिकार साधतात. मोठी जनावरंही पाखरांचं हे अंगाखांद्यावरचं खेळणं सहन करतात. कारण जिथं शिंगं, खूर, शेपूट पोहोचत नाही अशा अवघड जागी चिकटून रक्त पिणारे त्यांच्या अंगावरचे लहान लहान कीटक ही पाखरं मटकावून त्यांना सुख देतात. माझा अंदाज आहे की, लहानसहान बलुतेदार पूर्वी जसे एकएक मोठा शेतकरी, आपलं कूळ म्हणून धरून ठेवीत, तशी ही पाखरंही एकच कूळ धरून ठेवत असावीत. मैना-साळुक्यांच्याच कुळातला एक पक्षी oxpeckers असं करतो. आफ्रिकेतल्या गेंड्याशी आणि रानम्हशी-रेड्यांशी त्याचं असं कूळ-बलुतेदाराचं नातं असतं. मोठ्या कळपांपैकी एकच जनावर तो धरून असतो. सगळा जन्म तिथंच काढतो. रेड्याच्या पाठीवरच त्याचं सगळं खाणं, मादी शोधून तिच्याशी प्रियाराधन करणं, हनिमून! जे जगाच्या पाठीवर माणसं करतात, ते सगळं तो रेड्याच्या, गेंड्याच्या पाठीवर करतो. त्याच्या पायाची नखं चांगली धारदार आणि जनावराच्या कातडीशी लटकण्याजोगी पकड असणारी असतात. तोल सावरायला उपयोगी पडेल, अशी लांब, ताठ शेपटी असते. आखूड, सपाट अशी चोच असते. तिचा कात्रीसारखा उपयोग करून तो अडचणीत शिरून बसलेल्या गोचड्या, गोमाश्या खातो आणि समोर धोका दिसला की, वारंवार ओरडून, आपल्या कुळाच्या डोक्याभोवती चकरा घेऊन त्याला सावध करतो.

कुणातरी हुशार फोटोग्राफरनं घेतलेला एक उत्तम फोटोग्राफ पाहिलेला मला आठवतो. आफ्रिकेतल्या जंगलात प्रचंड शिंगांचा आणि गलेलठ्ठ मानेचा मोठा काळवीट वाहत्या धारेत उभा राहून पाणी पितो आहे आणि त्याच्या हनुवटीला उलटं लोंबून दोन oxpeckersही पाणी पिताहेत.

असं हे गुण्यागोविंदानं नांदणं असतं. वेगवेगळ्या प्राण्यांचे कळप शांततामय सहजीवनाचे चाहते असतात. मारामारीसाठी मारामारी सहसा होत नाही. कधी होते, ती मादींच्या पायी नरानरांतच! तीही जीव घेण्याच्या इराद्याने नाही, तर फक्त मी बलिष्ठ आहे, हे सिद्ध करण्यासाठी! रक्तपात असा घडत नाही.

आणखी लठ्ठालठ्ठी होते, ती हद्दी सांभाळण्यासाठी. ही भांडणं विशेष करून पाखरांत होतात. ही माझी हद्द, ही तुझी हद्द ही जिद्द पक्ष्यांत फार असते.

साध्या मैना बघा. नळावर बाया भांडतात, तशा त्वेषानं भांडतात. एकमेकींच्या अंगावर धावून जातात. लाथा झाडतात, मारतात. एकमेकींचे केस ओढतात.

मैना कशाला, साध्या घरचिमण्या भांडताना बघा! मोठं बघण्यालायक भांडण असतं. ही भांडणं हद्दीवरून होतात. खेड्यापाड्यांत शेताचा बांध रेटण्यावरून जशा

हाणामाऱ्या होतात, त्यापैकीच हाही प्रकार!

रानातली जनावरंही आपापल्या हद्दी ठरवून टाकतात आणि आपल्या हद्दीत दुसरा कोणी आल्याचं त्यांना मुळीच खपत नाही. कोल्हे, लांडगे, खोकड आपली हद्द जाहीर व्हावी म्हणून झाडांच्या खोडांवर, दगडांवर मुताची तुरतुरी सोडतात. गव्यासारखे दांडगे प्राणी शिंगानं झाडांच्या साली फाडून ठेवतात. आपल्या हद्दीतल्या झाडावर आपला वास ठेवण्यासाठी नरगवा आपल्याच मूत्रात लोळतो. त्या चिखलानं अंग भरवून घेऊन ते झाडाच्या बुंध्याला घासतो. आपल्याकडच्या हरणांच्या डोळ्यापाशी वासाची अशी एक ग्रंथी असते. ती ग्रंथी झाडांच्या फांद्यांना घासून ते आपला वास तिथं लावून ठेवतात. परहद्दीतल्या नरानं तो वास घ्यावा आणि समजावं की, हे रान दुसऱ्याच्या मालकीचं आहे. मग त्यानं दांडगावा करून मारामारी करावी, जय मिळवावा आणि पराजय पत्करून माघार घ्यावी.

काही जनावरं आवाज उठवून आपली हद्द जाहीर करतात. पक्षी आवाज करतात, ते केवळ मादी धावत यावी म्हणून नव्हे; तर आपल्या हद्दीची खूण म्हणून! अर्थात बारा महिने तेरा काळ आपली हद्द सगळेच सांभाळत नाहीत. वर्षातले काही महिनेच ही बांधांची आखणी होते. एरवी कोणी कुठंही हिंडतो. हरणाच्या बाबतीत जेव्हा नर माजावर येतात, तेव्हाच माद्यांच्या कळपात शिरतात. एरवी वर्षभर माद्या-पोरं एका कळपानं आणि नर एका कळपानं असे हिंडतात. कळपानं राहणं एवढंच संरक्षण!

काझिरंगा हिंडल्यावर वरचेवर माझ्या मनात येत होतं की, आकाशवाणी खात्यातून जंगल खात्यात बदली करून घेण्याची सोय असती, तर किती बरं झालं असतं! आता कर्तृत्वाची फार वर्षं हाती राहिलेली नव्हती. जी दहा-पाच राहिली होती, ती मी असल्या जंगलात आनंदानं घालविली असती आणि चित्रं आणि शब्दचित्रं रेखाटीत राहिलो असतो. या असल्या अभ्यासासाठी आपल्याकडे शिष्यवृत्त्याही नाहीत. परदेशात असतात. कोल्ह्याच्या मागावर तीन वर्षं हिंडून एका प्राध्यापकानं लिहिलेलं सुंदर पुस्तक मी वाचलं आहे. मनुष्य वस्तीपासून कितीतरी दूर, टांगानिका सरोवराच्या काठी राहून Jane Goodall या तरुण इंग्लिश संशोधिकेनं अनेक वर्षं चिम्पांझी माकडांचा अभ्यास नाही केला? तिला त्या भागातलं प्रत्येक माकड ओळखता येई. त्या सर्वांना तिनं नावंही दिली होती. जवळ सतत केळ्यांचा घड ठेवून ती माकडांशी दोस्ती करी. ही माकडं कशी राहतात, एकमेकांशी कशी वागतात, याचा केवढातरी मौलिक अभ्यास तिला नोंदता आला. जंगली माकडांचा एवढा विश्वास तिनं मिळवला होता की, एकदा एक बाळंतीण माकडीण आपलं बाळ घेऊन तिच्या तंबूत दाखवायला आली!

जेनचं उदाहरण डोळ्यांपुढं ठेवून पुढं एक अमेरिकन तरुणी Dian Fossey, तीन वर्षं कामधंदा सोडून मध्य आफ्रिकेतल्या डोंगरी गोरिलांचा अभ्यास करत राहिली. ती गोरिलांसारखं चीत्कारली, ओरडली, वरचेवर तिनं त्यांच्याप्रमाणे आपली छातीही पिटून घेतली. असं वागणं हे थोडं शिष्टाचाराला सोडून होतं खरं; पण त्यामुळे 'मी तुमच्यापैकीच आहे' असं ती गोरिलांना पटवून देऊ शकली आणि मनुष्यप्राण्याच्या अगदी जवळच्या अशा या जंगली प्राण्यांविषयी केवढीतरी माहिती तिनं मिळवली.

असे हे 'दरिद्राणाम् मनोरथा:' करत करत मी पुन्हा वॉचटॉवरपाशी पोहोचलो आणि हत्तीवरून खाली उतरलो. माहुताच्या हातावर एक दहाची, एक पाचाची अशा दोन नोटा टिकवून त्याचा सलाम घेतला, उजळलेला चेहरा पाहिला आणि कच्च्या रस्त्यावर वाट बघत उभ्या असलेल्या गाडीत चढून धुरोळा उडवीत पुन्हा रेस्ट हाउसपाशी पोहोचलो. आपल्या खोलीत जाऊन कपडे बदलले. अंगावरचं ओझं उतरवून पायजमा, अंगरखा चढवला. तेवढ्यात खालचा बेअरा वर येऊन म्हणाला, "बडे साहेब खाली वाट बघताहेत आपली."

बडे साहेब म्हणजे काझिरंगाचे जंगल अधिकारी परिमल लहान.

मी खाली उतरताच हात पुढं करून ते म्हणाले, "फेरफटका छान झाला, हे कळलं. तुमची काही हरकत नसली, तर चला. छोटासा जंगली बार आहे आमचा पलीकडं, तिथं बसून गप्पा मारू."

मी म्हणालो, "वाहवा! चला, यापरता दुसरा आनंद नाही आता!"

भारतीय गेंडे बघण्यासाठी परदेशी पाहुणे फार येत असावेत. कारण काझिरंगाचा बार उत्तम होता. एखाद्या आदिवासीनं उभारलेल्या झोपडीसारखा! बांबूंनी, लाकडी फळ्यांनी सजवलेला. चार-सहा टाळकी मंद प्रकाशात बसून गप्पा करीत होती. चिरुटाच्या आणि मद्याच्या वासानं बार घमघमत होता.

"काय घेणार?"

"काहीही!"

मग बिअरचे थंडगार पेले किणकिणले. गोहत्तीहून माझ्यासोबत आलेला टुरिस्ट ऑफिसर शर्मा दोन फ्रेंच मुलींना घेऊन आत शिरताच, सेंटच्या वासाचा भपकारा आला. माझ्याशी मामुली बोलून त्यानं एका कोपऱ्यातल्या टेबलाशी बैठक जमवली. आणखी चार-दोन माणसं आली. बोलण्याला उकळ्या फुटू लागल्या. आधीच मंद प्रकाशात बसलेली माणसं सिगारेट-चिरुटाच्या धुरामुळे धूसर दिसू लागली. लवकरच सगळा बार तुलूस लोत्रेकच्या एखाद्या चित्रासारखा दिसू लागला.

इकडेतिकडे मामुली बोलणं झाल्यावर मी विचारलं, "शिकारचोराकडनं बेसुमार

गेंडे मारले जात होते, त्याचा बंदोबस्त तुम्ही कसा केलाय?''

''आम्ही बंदोबस्त केलाय, पण अजूनही पोचिंग चालतंच. गेल्या वर्षी तीन गेंडे असे मारले गेले.''

''म्हणजे तुम्ही सांगितलेल्या हिशेबाप्रमाणं पंचेचाळीस हजार रुपये त्यांनी कमावले! बंदोबस्त केलाय, म्हणजे काय केलंय?''

''आता या सगळ्या जंगलात, अगदी आतल्या भागातसुद्धा ठिकठिकाणी तीन कॅम्प्स आहेत. आमची जंगल खात्याची एकूण एकशेएक्याण्णव माणसं लक्ष ठेवतातच, पण त्याशिवाय पंचावन्न गार्डस् नेमलेत. ते सतत पहारा ठेवतात.''

''आणि तरीही गेंडे मारले जातातच?''

''अगदी थोडे, पण जातात. व्यापारी लोक काही शिकारचोरांना हाताशी धरतात, त्यांना विसारादाखल दहा-पाच हजार देतात आणि त्यांच्याकडून गेंड्याची शिकार करवतात!''

''मग यावर उपाय काय?''

''काही नाही. लोकच शहाणे झाले पाहिजेत. वन्य प्राण्यांचं, पक्ष्यांचं संरक्षण केलं पाहिजे, हे त्यांना म्हणजे जास्तीत जास्त लोकांना कळायला लागेल, तेव्हा हे प्रकार बंद होणार!''

मी म्हणालो, ''असो, तुम्ही सदोदित जंगलातच असता. नाट्यपूर्ण असे प्रसंग सदोदित घडत असणार?''

''घडतात अधूनमधून! एकदा मला घाबरल्या आवाजात फोन आला.''

''कुठून?''

''चहाच्या मळ्यातून. लगोलग या. एक मोठा गेंडा आमच्या मळ्यात आलाय आणि तो दिसेल त्या माणसावर चाल करून जातोय. चहाची तोडणी बंद पडलीये.''

''मी विचारलं, 'कुणी कामगार जखमी झालाय, मारला गेलाय असं नाही ना?''

''अजूनतरी नाही, पण शक्यता आहे. चार तास झाले, आम्ही इतका ओरडा करतोय, पण गेंडा हलत नाही.''

मी तत्काळ जीप काढली. चार गार्डस् बरोबर घेतले आणि गेलो.

''अभयारण्याला लागून असलेल्या चहाच्या मळ्यात पोहोचलो, तर पानांची तोडणी करणाऱ्या सगळ्या बायका टोपल्या जागच्या जागी टाकून झाडावर चढून बसलेल्या. कामगारांचीही तीच गत. दरम्यान, मळ्याचे मालक त्यांना काहीच ठाऊक नसल्यामुळे सहज चक्कर मारावी, म्हणून मळ्यात आले. जीप येताना बघून गेंड्याला पुन्हा जोर आला आणि तो जीपवर धावून गेला. त्यासरशी ड्रायव्हर उडी टाकून पळाला. मालक पळाले. सहा-सात वर्षांचं धीट पोरगं मात्र आत होतं. ते

धारिष्ट्यानं जीपचा हॉर्न वाजवत राहिलं. त्याला वाटलं, या आवाजानं बुजून गेंडा पळून जाईल. तो कसला जातो! त्यानं धाडकन जीपला टक्कर दिली. एकदा, दोनदा, तीनदा...

"पोराचं धारिष्ट्य खरोखरच मोठं! ते मुळीच न रडता-भेकता हॉर्न वाजवत राहिलं. शेवटी धडका मारून मारून गेंड्यानं जीप रस्त्याकडेच्या खड्ड्यातच लोटली. तरीही पोर हॉर्न वाजवीतच होतं. पुन्हा गेंड्यानं खड्ड्यात जाऊन कलंडलेल्या जीपला धडक दिली आणि त्याचं शिंग चाकात गुंतलं. त्यासरशी रेटून रेटून त्यानंच जीप पुन्हा खड्ड्याबाहेर आणली. पोर अजूनही हॉर्न वाजवीत होतं.

"शेवटी मी आणि माझ्या सहकाऱ्यांनी मोठ्या हिकमतीनं पिटाळून तो गेंडा पुन्हा अभयारण्यात आणला.

"त्या धाडसी मुलाला राष्ट्रपतीचं पारितोषिक मिळालंय आता, असामान्य धैर्याबद्दल!"

मी विचारलं, "पण हा गेंडा बाहेर कसा काय गेला?"

"जातात पुष्कळदा. पुष्कळदा दोघांत मारामारी होते आणि जो ताकदीनं भारी, तो गरिबाला पिटाळून लावतो. पुष्कळदा गेंडे वयानं होतात, थकतात आणि अरण्याच्या बाहेर बाहेर भटकत राहतात."

"किती वर्षं आयुष्य असतं गेंड्याला?"

"नक्की सिद्ध झालेलं नाही, पण हत्तीसारखाच तोही सत्तर वर्षं जगतो, असं मानतात."

"हत्तींनी कधी असा गोंधळ घातला होता का?"

"आमच्या टूरिस्ट लोकांना पाठीवर घेऊन जंगल दाखविणारा चाळीस वर्षांचा एक हत्ती एकदा मस्तीत आला आणि पळाला. हायवेवर उभा राहून तो येणाऱ्या-जाणाऱ्या ट्रकवर हल्ला करायला लागला. ट्रॅफिक त्याच्यामुळे बंद झाला. अडवलेल्या ट्रकचा ड्रायव्हर पळून जायचा, पण ट्रकची मोडतोड व्हायची. दहा-बारा दिवस हा प्रकार सतत घडत होता. आम्ही हत्तीला शांत करण्यासाठी फार प्रयत्न केले. मला त्याच्या हल्ल्यामुळे पुष्कळदा पाय लावून पळावं लागलं. अखेर त्याला गोळी घालून मारावा लागला."

"पण त्याचा राग ट्रक्सवरच का होता?"

"त्याचा शोध आम्हाला पुढं लागला. कधी काळी कुणा बेदरकार ड्रायव्हरनं ट्रकचा धक्का मारून या हत्तीला जायबंदी केला होता."

अशा बऱ्याच गप्पा रात्री नऊ वाजेपर्यंत झाल्या.

लहान साहेब म्हणाले, "तुम्ही फार धावपळीत आलात. आता आम्ही सबंध काझिरंगा जीपसारख्या वाहनातून बघता यावं, म्हणून आतून मार्ग करतो आहोत.

पुन्हा सवडीनं या, मी सगळं जंगल तुम्हाला दाखवीन.''

मी पुन्हा इतक्या दूर येईनच, असा भरवसा मला नव्हता. तरी तोंडदेखलं 'हो हो' म्हणालो आणि निरोप घेऊन उठलो.

सकाळची वेळ ही अभयारण्य बघण्यासाठी चांगली वेळ नव्हे. प्राणी दिसतात, ते दुपारीच, असं मला जाणकारांनी सांगितलं होतं. तरी मी सकाळी पुन्हा एकवार आदल्या दिवशीचाच प्रकार केला. आता माझ्या सोबतीला त्या दोन फ्रेंच मुली होत्या. शॉपिंगसाठी बाहेर पडताना करावा, तसा नट्टापट्टा त्यांनी केला होता. आंतरराष्ट्रीय महिला वर्ष असल्यामुळे हत्तीवरच्या पुढच्या दोन्ही बैठका त्यांना मिळाल्या. मी बापडा तिसऱ्या, म्हणजे हत्तीच्या शेपटाकडच्या बैठकीवर अवघडून बसलो होते. टूरिस्टनी लादलेले आणखी चार हत्ती बरोबर होते. त्यातला एक अगदीच पोरसवदा होता.

भल्या सकाळी आमची माळच्या माळ निघाली. अनुभवी आणि वयानं सर्वांत मोठा म्हणून की काय कोण जाणे, आमचा हत्ती सर्वांच्या पुढं होता.

पोरसवदा हत्ती शिकाऊ असावा, कारण त्याच्यावर माहूत आणि गाइड असे दोघंच होते. हा हत्ती सारखा पोरकटपणा करीत होता. मध्येच माहुतानं हातातल्या अंकुशानं त्याच्या गंडस्थळावर रट्टे लगावले. तो नुसता आवाज कानी येताच आमचा हत्ती चीत्कारला. जणू त्यानं ओरडून सांगितलं, 'नका रे मारू त्याला. लहान पोर आहे अजून!'

खरंतर त्याला काहीच दिसत नव्हतं. लहान हत्ती अगदी शेवटी होता. जंगलात होणाऱ्या इतक्या आवाजातून त्यानं हाच आवाज नेमका टिपला होता. मी चौकशी केली नाही, पण माझा असा अंदाज आहे की, या दोन हत्तींत काही नातं असावं. कदाचित ही आई आणि ते पोर असेलही.

सकाळच्या फेरीत एक रानडुक्कर पहिल्यांदा दिसलं. एकटंच होतं. बहुधा एकुलगा असावा. उंच गवतातून वाट काढीत ते आमच्यापासून दूर जाईपर्यंत दिसत होतं. एक गेंडा ओढ्याच्या धारेत, अगदी मध्ये जाऊन उभा राहिला होता. शिंग, कान पाठीचा भाग तेवढा दिसत होता. सूर्याला अर्घ्य देण्यासाठी सकाळी सकाळी एखादा ऋषी गंगेत उभा असावा, असा तो वाटत होता.

फार दूर उभे असलेले बारशिंगे दिसले. चार-दोन गेंडे दिसले. म्हशी मुळीच दिसल्या नाहीत.

एक गेंडा डबक्यात उभा होता. त्याच्याभोवती सगळ्या हत्तींनी कडं केलं आणि फ्रेंच मुलींसकट सगळ्यांनी नीट फोटो उतरवून होईस्तोवर त्यानं पोझ दिली. त्याला

प्रसिद्धीची हौस असावी. याशिवाय फारसं काही दिसलं नाही, काही घडलंही नाही. मग हौशी मंडळींनी हत्तीवर बसून एकमेकांचे फोटो काढले.

आदल्या दिवशीच्या मानानं त्या दिवशीची भ्रमंती अगदीच अळणी वाटली.

बंगल्यावर परत आलो आणि सामानाची आवराआवर करून काझिरंगा अभयारण्याला सलाम ठोकला.

सकाळी नऊ वाजता परत गोहत्तीस जायला निघालो. आता मला मानसचे वेध लागले होते. गोहत्तीला पोहोचून एकशे सेहेचाळीस किलोमीटर प्रवास करायचा होता. रात्री मानसला मुक्काम, सकाळी फेरफटका आणि लगेच तिथून निघून गोहत्तीहून दुपारी दीड वाजता कोलकात्याला जाणारं विमान गाठायचं होतं.

संकोश आणि मानस या दोन प्रचंड नद्या भूतानमधल्या हिमालय-टेकड्यांतून उड्या घेत मैदानात उतरलेल्या आहेत. मानस नदीच्या दोन्ही काठांवर भारतातलं उत्तर अभयारण्य आहे. डोळ्यांचं पारणं फिटावं असं निसर्गसौंदर्य आणि वन्य प्राणी असा क्वचित जमणारा मेळ इथं जमलेला आहे. हे अरण्य एकशे पाच चौरस मैल आहे. हत्ती, गवे, सांबरं, दलदलीत राहणारी हरणं, असे अनेक प्राणी नदीच्या दोन्ही तीरांनी हिंडतात. १९०७ साली इथं पहिल्यांदा सोनेरी वानरं दिसली. जगात इतरत्र कुठंही न आढळणारी अशी ही अत्यंत सुंदर दिसणारी वानरं आहेत. मला ती बघायची होती. प्रचंड आवाज करीत दगडधोंड्यातून, खडकाधोंड्यांतून वाहणाऱ्या मानस नदीच्या प्रवाहात होडक्यातून प्रवास करायचा होता. आता मला आसाम सरकारची मदत मिळणार नव्हती. 'हे अभयारण्य आमच्या अधिकारकक्षेत नाही. तिथं फारशा सोयी नाहीत. जाताना शिधा बरोबर घेऊन जा.' असा सल्ला मला आसामच्या पर्यटन खात्याचे डायरेक्टर श्री. शंखाकुटी यांनी दिला होता. मानसची ट्रिप ही फारच कष्टदायक आहे, असंही त्यांनी पुन:पुन्हा सांगितलं होतं.

तरीपण सोनेरी वानरं बघण्यासाठी मला मानसला जायचं होतं. मला 'मानस अभयारण्य' दाखवण्याची सगळी जबाबदारी गंगाप्रसाद चौरी या गोहत्तीला राहणाऱ्या तरुण मित्रानं आपल्या अंगावर घेतली होती. त्यासाठी दिवसभर त्याची धावपळ चाललेली मी बघत होतो.

गंगाप्रसाद स्वत: इंग्रजीचा प्राध्यापक होता. त्यांचे दोन भाऊ गोहत्तीला 'बाणी प्रकाशन' ही प्रकाशन संस्था आणि पुस्तकांची दोन मोठी दुकानं चालवीत होते. मोठा भाऊ कोलकात्याला राहून प्रेस चालवीत होता आणि गोहत्तीपासून मानसला जाण्याच्या वाटेवर चौधरी कुटुंबाचं खेडं आणि भाताची, नागवेलीची, सुपारीची शेती होती.

शरदबाबूंच्या कादंबरीतल्या कुटुंबाची आठवण व्हावी, असं ते सारं कुटुंब होतं. ही सर्व मंडळी धावपळ करीत होती. एक आपली मोटार ठाकठीक करण्यात जुंपलेला होता, एक जण सारखा इकडे-तिकडे ट्रंककॉल्स करीत होता. स्वत: गंगाप्रसाद खाण्यापिण्याचं साहित्य जमवीत होता आणि मोठे बंधू कोलकात्याहून येऊन 'पाठशाला' या आपल्या गावी माझ्या स्वागतासाठी थांबले होते. तयारी होता होता दुपारचे तीन वाजले. मी 'बाणी प्रकाशन'च्या दुकानात पुस्तकं चाळून चाळून कंटाळलो. दुकानातले फोन करून सारखं कुणाकुणाशी बोलणं होत होतं, 'भालो आछे? की खोबोर?' असे काही शब्द कानांवर पडत होते. यावरून 'मानस' पाहणं म्हणजे प्रचंड खटाटोप होता, याची मला जाणीव झाली आणि शेवटी मी म्हणालो, ''गंगाप्रसाद, फारच गुंतागुंतीचं असलं ही ट्रिप जमवणं, तर सोडून द्या. आपण इथंच एखादं नाटक बघू. गावातलं कामाक्षी मंदिर वगैरे बघू.''

पण गंगाप्रसाद म्हणजे साक्षात उत्साह होता! तो तरुण प्राध्यापक इरेलाच पडला होता. अखेर साडेतीन वाजले आणि आम्ही निघालो.

अंतर काही थोडंथोडकं नव्हतं. एकशे शहात्तर किलोमीटर्स! त्यात गंगाप्रसादची अँबॅसडर गाडी वरचेवर गरम होत होती आणि वारंवार तिला पाणी पाजावं लागत होतं. असं थांबत थांबत आम्ही गंगाप्रसादच्या खेड्यात पाठशाळेला पोहोचलो, तेव्हा चांगला अंधार झाला होता.

गंगाप्रसादचा वाडा सुरेख होता. मुलाबाळांनी घर भरलेलं होतं. बरेच भाऊ, बऱ्याच बहिणी, वहिन्या आणि ऐंशी वर्षांचे वडील या सर्वांच्या ओळखी झाल्या.

खाणंपिणं उरकलं.

गंगाप्रसादचा धाकटा भाऊ, एक पुतणी, ड्रायव्हरचा लहान मुलगा असे आणखी तिघं जण उत्साहानं निघाले.

वाट लवकर ओसरावी, म्हणून टाळ्यांच्या तालावर आसामी लोकगीतं म्हणून झाली. कल्याणीचा आवाज सुरेख होता आणि कितीतरी लोकगीतं तिला तोंडपाठ होती. ड्रायव्हरचा एवढासा पोरगाही सुरेख गाणी म्हणत होता.

बारपेटा रोडला पोहोचलो, तेव्हा रात्रीचे दहा वाजले होते. तिथं फॉरेस्ट ऑफिसमध्ये दोन कर्मचारी आणि अंगात केवळ गंजिफ्रॉक घातलेला, खाली खाकी चड्डी घातलेला, कमरेला पंचा कसलेला प्यून अजून काम करीत होते. गंगाप्रसादनं अगोदरच फोन करून ठेवला होता. मानसमध्ये रात्री-अपरात्री प्रवेश करण्यासाठी, बंगल्यात रात्रभर राहण्यासाठी, सकाळी होडीतून नदीत फेरफटका मारण्यासाठी कागदपत्रं टाइप होत होती. त्यात अर्धा तास गेला. अकरा वाजता जंगल-अधिकाऱ्यांच्या

घरी जाऊन त्यांना उठवलं, कारण कागदपत्रांवर सह्या हव्या होत्या. एवढ्या अपरात्री आपल्याला उठवलं म्हणून साहेबमजकूर चिडणार, असं मी धरून चाललो होतो; पण हे गृहस्थ फारच सज्जन निघाले. त्यांनी हसून स्वागत केलं. सह्या दिल्या. बरीच माहिती दिली. 'गुड लक' म्हणून निरोप दिला. मानसच्या प्रवेशद्वारावर पास दाखवून उघडलेल्या फाटकातून आमची गाडी आत शिरली, तेव्हा मध्यरात्र टळून गेली होती. मी विचारलं, "इथून बंगला किती दूर आहे?"

"तेरा मैल!"

मी थंड झालो!

गर्द काळोखी रात्र होती. जंगलातून काढलेल्या अरुंद रस्त्याच्या दोन्ही बाजूंना उंच हत्तीगवत होतं. मोटारीच्या दिव्यांच्या झोतात भयाण जंगलाशिवाय काही दिसत नव्हतं. पांदीतून बैलगाडी जावी, तशी मोटार जात होती.

आम्ही प्रख्यात मानस अभयारण्यात शिरलो होतो. मला जंगल अधिकाऱ्यानं दिलेल्या माहितीप्रमाणं इथं साठ गेंडे होते, चारशे पन्नास रानम्हसरं होती, चारशे हत्ती होते, चारशे वाघ होते, दीडशे गवे होते, दोन हजार हरणं, पाचशे डुकरं आणि पंधरा अस्वलं होती.

माझ्या मनात वारंवार पाल चुकचुकत होती. 'मानसमधला एखादा दातांचे लांबलचक फाळ वागवणारा रानटी हत्ती या अरुंद वाटेवर आडवा आला आणि त्यानं मनात आणलं, तर आमची ही मोटार काड्याच्या पेटीसारखी तो सहज चुरा करून टाकील. हे राहू दे. यंत्रात काही बिघाड होऊन ही मोटार इथे बंद पडली, तर?' गंगाप्रसाद, त्याचा भाऊ, कल्याणी, ड्रायव्हर, त्याचं गाणारं पोर सगळे निर्धास्त होते. पुस्तकांचा व्यापार करणाऱ्या या मंडळींचा जंगलाशी फारसा परिचय कधी आलेला नव्हता आणि अज्ञानामुळे असते, तशी धिटाई त्यांच्यापाशी होती. मला खात्री आहे की, तसल्या रात्री इंजीन तापलं असतं, तर ड्रायव्हरनं गाडी थांबवली असती आणि हातात मोकळं डबडं घेऊन पाण्याच्या शोधासाठी तो जंगलात शिरला असता.

मानसचं एकूण क्षेत्रफळ सहाशे अडुसष्ट चौरस किलोमीटर्स आहे.

मी सहज चौकशी केली, "गंगाप्रसाद, इकडे कधी आला होता तुम्ही या आधी?"

"हो. आठ वर्षांपूर्वी एकदा पिकनिकला आलो होतो!"

पिकनिकला? तरीच हे सगळे एवढ्या मजेत होते! मी मनातल्या मनात 'कृष्णाय वासुदेवाय हरये परमात्मने' या श्लोकाचं पठण करीत राहिलो.

नाना प्रसंग आठवत होते.

पावसाळ्याचे दिवस. फासेपारधी मित्रानं बातमी आणली की, जवळच अमक्या तमक्या डोंगराच्या पठारावर पिकाच्या दोन पट्ट्या आहेत. त्यात भेकरं रोज चरतात.

रात्री नऊ वाजता मित्राची जीप घेऊन निघालो. वाटलं होतं, त्यापेक्षा डोंगरावर चढणीचा रस्ता भलताच खराब होता. रस्ता कसला, बैलगाडीच्या जाण्यायेण्यानं पडलेली गाडीवाट! मध्येच तांबडं रान, खोल चाकोऱ्या. जीप इतकी कलायची की, आणखी थोडी कलली, तर धडामकन उलटणार.

काळोख किट्ट. आभाळ भरून आलेलं. पठारावर गेलो, तर तिथं मोकळ्या रानात एक उकिरडा. चार बैल बांधलेले आणि एकच झोपडी. तिथं निजानीज केव्हाच झालेली. कुत्रं तेवढं जीव तोडून भुंकलं.

आम्ही बऱ्याच हाका घातल्या, तेव्हा झोपडीचा मालक म्हणाला, ''कोन हाय?''

फासेपारधी म्हणाला, ''सायेब लोक हायेत. मोटार हितं ठिऊ का तासभर?''

तो झोपेतच होता. गोधडीतून बाहेर न पडता म्हणाला, ''हूँ''

पायउतार होऊन पठारावर गेलो. गवत कमेरइतकं वाढलेलं. वाट पायाखालची नाही. दगडावरून पाय घसरत होता. कुणीतरी घाई केली आणि शेतात आधीच पोहोचून हातातली बॅटरी उजळली. त्यासरशी अंधार पडताच कोवळ्या पिकावर येऊन, दोन तास भरपेट चरून शेतातच पाय मुडपून बसलेल्या चार भेकरांचे आठ डोळे रत्नांसारखे चमकले.

धाडधाड दोन बार वाजले.

ते अंगावर न बसता भेकरं उडाली आणि काळोखात बुडून दिसेनाशी झाली.

कुणी म्हणले, बार लागले; कुणी म्हणले, भेकरं धडपडताच झुडपात वाजले. मग अंधारात शोधाशोध सुरू झाली. पाच-सहा बॅटऱ्या काळोखाला भोकसे पाडत चारी दिशांना चमकू लागल्या.

किती वेळ गेला, कुणाला ठाऊक! अकस्मात पाऊस सुरू झाला. तो अंगावर घेत घेत, गवतातून वाट काढीत मोटारीपर्यंत पोहोचेपर्यंत चिंब भिजलो.

अखेर जीपमध्ये दाटीवाटीनं शिरलो आणि निघालो.

आता वाट म्हणजे काळ्या मातीचा राडा झाला होता. चाकं जमीन धरतच नव्हती.

अडचणीत जीप घसरणीला लागली. ड्रायव्हर मध्येच घाबरून म्हणाला, ''साहेब, तुम्ही सगळे उतरा. वाट अवघड आहे. मी एकटाच आधी गाडी धोक्यातून काढतो.''

उतरलो.

–आणि दहा यार्ड गेलो-न गेलो, तोवर गाडी एका अंगावर पडली, चाकं नुसतीच फिरत राहिली.

पाऊस कोसळतच होता.

अंधारात भीतीनं कातर झालेल्या हाका : "आन्ना, ए आन्ना, हायेस का घावलास खाली?"

वेळ घेऊन मग खोल आवाज, "मी निघलो गा! निघलो."

"लागलं का कुठं?"

"माजं लागनं जाऊ दे रं. आता गाडीचं काय करायचं?"

तशा पावसात मग आम्ही ती झोपडी गाठली. हाका घातल्या. कसातरी तो दादा-बाबा शेतकरी बाहेर आला.

जुपा बैलगाडी, पहारी काढा. उलटलेली जीप काढावयाची आहे.

पाऊस काही थांबत नव्हता.

दोन-अडीच तास प्रचंड खटाटोप झाला. आम्ही पाच जण आणि ते दोन शेतकरी, त्यांचे चार बैल असे दमछाक होईस्तोवर खपलो आणि पहाटे तीन वाजता जीप चाकांवर उभी झाली.

पावसात भिजल्यामुळे पाचांपैकी तीन जणांना ब्राँकोन्यूमोनिया झाला आणि महिना दीड महिना त्यानं खीस काढला!

मानसच्या बंगल्यापाशी आलो, तेव्हा बेडक्या आणि रातकिडे यांचा प्रचंड कोरस चालू होता. काही दिसत नव्हतं, पण समोर दगडगोट्यांतून धावणाऱ्या मानसच्या पाण्याचा धोधाट कानांवर आदळत होता. गंगाप्रसादनं आणि ड्रायव्हरनं बरीच हाकाटी केल्यावर चौकीदार जागा झाला आणि कंदील पेटवून त्या उजेडात किल्ल्या घेऊन बंगला उघडायला आला. म्हणजे इथं वीज नव्हती.

असो. बैठा बंगला मात्र छान होता. आपल्याकडच्या जुन्या डाकबंगल्यांची आठवण यावी, असा!

मानस नदीच्या पाण्याची गर्जना ऐकत मी व्हरांड्यातल्या जुन्या खुर्चीवर बसून राहिलो. तोवर चौकीदारानं कंदील लावले. बिछाने घातले. पाण्याच्या बादल्या आणून ठेवल्या. बारपेटाच्या दयाळू अधिकाऱ्यानं जंगल खात्याचा एक माणूस आमच्या सोबतीला दिला होता. त्यामुळे सगळी सोय झटपट झाली.

जुन्या लांबलचक टेबलावर जेवण मांडलं गेलं, तेव्हा गंगाप्रसादनं पाहुण्यांसाठी केवढा खटाटोप केला होता, हे ध्यानी येऊन मला ओशाळल्यासारखं झालं. मीठ, लिंबू, कांद्यापासून तो चहा, साखर पावापर्यंत सगळं त्यानं येताना बरोबर आणलं होतं. चमचे, बश्या, पेले, नॅपकीन्स, चाकू, सुऱ्या...

नाटक संपल्यावर नाटकवाले जेवण उरकतात, तसे रात्री दोन वाजता आम्ही जेवलो आणि उत्तम बिछान्यावर पडलो.

कंदिलाच्या उजेडामुळे कीटक जातींपैकी नाना चित्रविचित्र आकारांची आणि रंगांची मंडळी आत आली होती. त्यांच्या चळवळीकडे कानाडोळा करून, मच्छरदाणीचा आसरा घेऊन मी गुडूप झोपून गेलो.

गंगाप्रसाद म्हणाला होता, "आता झोपायचं नाहीच. पहाटे पाच वाजले की, बाहेर पडायचं. नदीकाठी जनावरं दिसतील!"

सकाळी जागा झालो. भली पहाट होती. व्हरांड्यात येऊन पाहिलं, समोर मानसचं विस्तृत पात्र दिसत होतं!

भराभर मी कपडे-बूट चढवले आणि दुर्बीण घेऊन बाहेर पडलो. गवता- झुडपांतून गेलेली पाऊलवाट चालून, दगडगोट्यांचा गवतानं झाकलेला बांध ओलांडून पात्रात उतरलो. सगळा नदीकाठ लहानमोठ्या, गुळगुळीत गोट्यांनी भरलेला होता.

पार पलीकडे मानसचा तो काठ आणि बेकीचा प्रवाह या मधल्या पट्ट्यात हालचाल दिसली. काय बरं?

दुर्बीण डोळ्याला लावून नीट पाहिलं.

हरणांचा भला मोठा कळप होता.

रात्रभर चरून आता ती पाण्यावर आली होती काय?

ही 'Hog deer' म्हणून ओळखली जातात, ती हरणं होती बहुधा. कारण ती चेंडूसारखी उड्या घेत नव्हती, तर खाली माना घालून धावत होती. चितळांची जातभाई! या दोन जातींत संकरही होतो म्हणे. अंगाची लांबी जास्त, पाय त्या मानानं आखूड, रंग तपकिरी. कान आतल्या बाजूनं पांढरे, शेपटीच्या खालचा भागही पांढरा. पोट, मान यांच्या खालचा भाग पांढरा नाही, पण पांढरट. नदीकाठच्या गवताळ भागातच ही हरणं नांदतात. ते गवतसुद्धा उंच नाही असं. खरंतर ही हरणं जोडीजोडीनंच दिसतात, पण कधीकधी अठरा-वीस जणांचा कळपही एकत्र चरताना दिसतो. भल्या सकाळी आणि संध्याकाळीच तेवढं चरावं, एरवी थंड सावलीला बसून राहावं, ही यांची सवय.

मानसच्या थंड पाण्यावरूनच वाहणाऱ्या वाऱ्यानं माझा वास त्यांच्यापर्यंत गेला की काय, कोण जाणे! पलीकडे गवतात शिरून सगळा कळप दिसेनासा झाला.

मी पात्राच्या काठाकाठानं एकवार खाली-वर पाहून घेतलं आणि त्यातल्या त्यात प्रशस्त असा गोटा शोधून त्यावर बसलो.

समोर केवढंतरी विशाल असं मानसचं पात्र होतं. पार पलीकडे भूतान हद्दीतलं घनदाट जंगल, त्याही पलीकडे उंच उंच टेकड्या आणि त्याही पलीकडे निळं,

स्वच्छ आकाश! यापेक्षा निरागस आणि उत्तेजनकारक अशी कशाची संगत असेल का? अगदी अश्रद्ध, माणूसघाणा, विषण्ण असा जरी कोणी असला, तरी इथं तो शांत होणार नाही का? भिकार असा खिन्नपणा अशा ठिकाणी त्याला कधी शिवेल तरी का? मानवी सोबतीचे काल्पनिक लाभ इथं किती क्षुद्र वाटतात बरं!

हळूहळू प्रकाश येत होता. मी उजवीकडे पाहिलं आणि अंगावर रोमांच उभे राहिले. मी बसलो होतो, त्याच काठाला, पण पार पलीकडे जंगलातून एक प्रचंड रेडा बाहेर आला आणि चार पाय नदीच्या पात्रात टेकून पाणी पिऊ लागला. तृप्त होऊन परत फिरला. चढ चढला आणि जंगलात दिसेनासा झाला.

जराशानं पलीकडे त्या तिकडच्या तीरावर रानहत्तीचं काळं धूड झुलत झुलत आलं आणि पाण्यात येऊन उभं राहिलं.

म्हणजे मघा हरणं जी एकाएकी गवतात शिरली, ती माझ्या वासानं का याच्या वासानं? मला दिसलेली दोन्ही जनावरं इतकी दूर होती की, माझ्याजवळच्या दुर्बिणीतूनही त्यांच्या सगळ्या हालचाली मला नीट न्याहाळता आल्या नाहीत. काय वाटेल ते करून एक उत्तम प्रतीची दुर्बीण मला मिळवलीच पाहिजे, ही भावना माझ्या मनात आता प्रबळ झाली.

चांगलं उजाडलं, तसा मी दगडगोट्यांतून, ओल्या गवतातून वाट काढीत बंगल्याकडे परत आलो. व्हरांड्यात उभा राहिलो. समोरच्या झाडाझुडपांवर आता पाखरं गर्दी करू लागली होती. त्यांच्या स्वरांनी मानसमधली सकाळ गुणगुणू लागली होती, शिळा घालू लागली होती, ताना मारू लागली होती.

माझ्या अगदी समोर एक उंच, शेलाटं झाड होतं. त्यावर सुंदर रंगाचा, माझ्या ओळखीचा नाही, असा कोणी पक्षी अगदी शेंड्याशी बसून मोडून लोंबणारी काटकी चोचीनं ओढत होता. अंगच्या बळानं त्याची ओढाओढ चालू होती आणि मोडलेली, पण अर्धवट वाळल्यामुळे ओल्या सालीला लोंबणारी काटकी तुटता तुटत नव्हती. त्याला ती घर बांधण्यासाठी पाहिजे होती काय? भल्या सकाळी उठून पोटपाणी न करता हा वेडा घरबांधणीच्या सामानाची जुळवाजुळव कशाला करत होता?

हा Shrikeच होता का? तो कोणत्या महिन्यात अंडी घालतो बरं?

मला वाटतं, अगदी टोकावर बसून त्यानंच मघा ही काटकी आपल्या अंगच्या भारानं मोडली असावी आणि ती घेऊन जाईनच जाईन म्हणून तो तिच्याशी झट्या घेत असावा. हळूच आत जाऊन मी माझं फाऊंटन पेन आणि पॅड घेऊन आलो आणि उभ्या उभ्याच त्याला रेखाटू लागलो!

तेवढ्यात तो उडाला. माझी हालचाल त्याला संशयास्पद वाटली असावी.

सकाळची न्याहारी उरकली आणि निरोप आला की, बोट तयार आहे. मी माझं स्केचपॅड घेऊन नदीकाठी गेलो.

बोट कसली, अगदी लहानसं होडकं होतं!

मानसच्या निळ्याभोर प्रवाहात आणि अगदी काठाकाठानं होडकं जाऊ लागलं.

उजवीकडे उंचच्या उंच खडकाची भिंत; डावीकडे खळाळणारा, दूरवर पसरलेला रुंद प्रवाह आणि त्यातून एखादी लाकडाची ढलपी तरंगत जावी, तसं आमचं होडकं!

खडकावर नाचणारे एवढे एवढे पक्षी दिसत होते. सतत शेपटी खालीवर करणाऱ्या धोबिणी होत्या. मध्येच एक मुठीएवढा, काळ्या कुळकुळीत रंगाचा, पण डोक्यावर लाल जर्द शेंदराचा ठिपका असलेला रॉबिनसारखा पक्षी दिसला. हाही मी कधी बघितला नव्हता.

पाण्याच्या प्रवाहाची मर्जी सांभाळीत सांभाळीत बरेच खाली गेलो आणि मग प्रवाह आडवा तोडून पैलतीरी गेलो. भूतान हद्दीत पाऊल टाकलं. जंगलातून शिरलो. उंच उंच वृक्षांनी, लतावेलींनी गच्च अशा भूतानच्या जंगलातून चालता चालता मी सारखा वर डोळे करून फांद्या न्याहाळीत होतो. अगदी समोर डोक्यावर रंगीबेरंगी राघूंचा थवा फांदीवरून खाली आमच्याकडे बघत होता. झाडापाशी पोहोचताच आकांत करीत तो उडाला. पिवळा, हिरवा, लाल, निळा असा रंगांचा फवारा डोक्यावरून गेला.

जरा पुढं गेलो, तर खोडावर सरसर चढत भलीमोठी तांबडी खार गेली. उंच जाऊन, फांदीआड सगळं अंग लपवून आमच्याकडे बघू लागली. थोड्या वर तिचा जोडीदारही दिसला.

कारवारच्या जंगलात मी बघितल्या होत्या, त्यापेक्षा या खारी जास्त मोठ्या होत्या. रंग जास्ती गडद, काळपट विटकरी होता आणि या जास्ती केसाळही होत्या. चौदा ते सोळा इंच लांब अंग आणि दोन फूट लांब शेपटी असलेल्या याच त्या Giant Squirrels; क्वचित जमिनीला पाय लावणाऱ्या, उंच उंच वृक्षांवरून उड्या घेत राहणाऱ्या, काळ्या पाठीच्या आणि पिवळसर पोटाच्या!

भूताननं रेस्ट हाउसही सुरेख जागी बांधलं होतं. भूतानी चाकरमान्ये भेटले. त्यांच्याकडं चौकशी केली, तेव्हा कळलं की, सोनेरी वानरं पलीकडं, नदीच्या बाजूला होती. "थोडं बघत बघत जा, म्हणजे दिसतील."

निघालो. झाडंझुडं फार उंच होती. यात आता ती वानरं कशी दिसणार, म्हणत

काही वेळ वाट तुडवली आणि नदीकाठी लाकूड तोडीत गढलेल्या एकाकडून नेमकी जागा कळली. सगळा कळपच्या कळप अगदी पलीकडेच, नदीला लागून असलेल्या झाडावर होता.

नदीच्या पात्रात उतरून गेल्यावर बारा-पंधरा वानरांचा कळप दिसला. गुबगुबीत रेशमी अंगाची वानरं आम्हाला पाहून डहाळ्यांतून गप्प राहिली. दुर्बीण डोळ्यांना लावून मी त्यांना नीट न्याहाळू शकलो. पिवळसर तांबूस रंग होता. हातापायांचे तळवे, तोंड काळसर होतं. इतकी देखणी वानरं जगात इतरत्र कुठंही नाहीत. अगदी अलीकडे तपास लागल्यामुळे अद्याप कोणी या जातींचा अभ्यास केलेला नाही. ही सोनेरी वानरं कशी राहतात, काय खातात, याची माहिती उपलब्ध नाही.

मग वाळवंटातून चालत चालत आम्ही पुन्हा होडक्यापाशी आलो आणि पुन्हा प्रवाह तोडून मघा हरणं दिसली होती, त्या भागात गेलो. वाळूत मेंढराची पावलं लागावीत, तशी हरणांची पावलं होती. गवतात शिरताच पलीकडे चरणारी हरणं पुन्हा दिसली. आम्हाला बघताच ती लपाछपीचा खेळ खेळू लागली. एकच हरीण पाठमोरं चरत होतं. लपतछपत गंगाप्रसाद त्याच्या अगदी जवळ गेला आणि सुरेख फोटो काढू शकला.

त्या रानातून भटकता भटकता मला हरणाचं एक शिंग सापडलं. सोविनेर म्हणून ते मी वागवत पुण्यापर्यंत आणलं आहे. माझ्या लिहायच्या टेबलावर आता ते ठेवलं आहे. पेपरवेटसारखा मी त्याचा उपयोग करतो.

आता परत निघणं आवश्यक होतं. एवढ्या दूर येऊन इथं आपण फार वेळ भटकू शकलो नाही, वेळेअभावी फार काही पाहू शकलो नाही, म्हणून मला फार हळहळ वाटत होती. खरंतर इथं दोन-तीन दिवस राहायला हवं होतं. कधी पायी, कधी होडक्यातून, कधी हत्तीच्या पाठीवरून हिंडायला हवं होतं. मानसमध्ये केवढातरी समृद्ध निसर्ग होता! किती पाखरं होती, किती प्राणी होते आणि काहीच बघू शकलो नव्हतो. एखाद्या उत्तम नाटकाला पाच-दहा मिनिटं बसल्यावर थिएटरमधून उठून यावं लागल्यावर जशी हळहळ वाटते, तशी वाटत होती.

धावपळ करीत गोहत्तीला येऊन दुपारी दीडचं विमान पकडलं, तरीही हा विषय मनातून गेला नाही. मनोमनी मी निश्चय केला.

'अगदी सावकाशीनं परत एकवार मी मानसला येईनच येईन!'

◼

'केसरी', पुणे : रविवार आवृत्ती : ३० नोव्हेंबर १९७५, ७, २१ व २८ डिसेंबर १९७५, ४, ११ व १८ जानेवारी १९७६.

कांचनमृग

कोणत्या ना कोणत्या निमित्तानं आजवर मी अनेक डाकबंगल्यांतून राहिलो आहे. कोणी म्हणालं, कंटाळा आला, पण जावं कुठं? – तर मी सांगेन, डाकबंगल्यात! डाकबंगला ही संस्थाच मोठी लोभस आहे. आधी गाववस्तीपासून दूर, उंचवट्यावर, नदी, ओढा, तळं यांच्या काठाशी अशी जागा निवडलेली असते. आजूबाजूला खूप मोकळं आवार असतं. वडापिंपळासारखे जुने जुने वृक्ष, सुगंधी फुलबागा यांनी हे आवार रम्य वाटतं. नाना पाखरं इथं वस्तीला असतात. डाकबंगल्याचं बांधकामही अगदी खास डाकबंगल्याचंच असतं आणि जेवढा जुना बंगला, तेवढं त्याचं बांधकाम उत्तम! सौंदर्य आणि सोय दोन्हीलाही काही उणं नाही. सोय इतकी की, बाहेर भटकून तुम्ही आलात, तर बुटांना लागलेला चिखल काढण्यासाठी पायऱ्यांशी एक लोखंडी साधन कायमचं उभं केलेलं! आराम ही गोष्ट सर्वांत महत्त्वाची, हे सूत्र ध्यानी घेऊन केलेलं तिथलं ऐसपैस फर्निचर, ऐसपैस दारं, खिडक्या, भिंतीची उंची आणि रुंदी. ऐसपैस व्हरांडा आणि हाकेच्या अंतरावर असलेलं चौकीदाराचं घर, स्वयंपाकघर आणि तिथला तो मुर्गीबरोबर साहेबालाही बनविण्यात कुशल असा खानसामा... वाहवा! गावात असून गावचं नाही; आजूबाजूला गर्दी नाही, पण भयाण एकटेही नाही, असे इथे आपण अगदी सुखात राहू शकतो. अवघड वाटावं अशी, हात पडेल तिथं सोयही नसते आणि खोळंबून राहावं, अशी गैरसोयही नसते. थोडी सोय, माफक गैरसोय. एकान्त, पण हाक येईल, तेव्हा तैनातीला माणूस हजर! बऱ्यापैकी जेवण, वारा, थंडी, ऊन, पाऊस, अंधार, चांदणं, रुखरुख आणि सहसा दुर्लभ असं स्वातंत्र्य – असं सगळं हवं हवं ते डाकबंगल्यात असतं. तात्पर्य काय, डाकबंगल्याला पर्याय नाही. असा हा डाकबंगला फॉरेस्ट खात्याचा असला, तर काय, सोन्याहून पिवळं!

नागपूरपासून शंभरअधिक मैलांवर, भंडारा जिल्ह्यातल्या नागझिरा अभयारण्यातला फॉरेस्ट बंगला, ही तर अद्भुत वास्तू आहे! नवेगाव बांध, इटिहा डोह, पालांदूर, पवनी... असा जंगलांतून, गोंड वस्तीतून, जलाशयाच्या काठाकाठावरून प्रवास करत, धुळीनं माखलेलं अंग घेऊन मी नागझिराला आलो आणि फॉरेस्ट बंगला पाहिला, तेव्हा सगळा शीण गेला. 'धन्य ती पंढरी, धन्य भीमातीर' अशी चित्तवृत्ती झाली. सोबतीला नवेगाव बांधचे मारुती चितमपल्ली होते. त्यांनीच मला आवर्जून बोलावून घेतलं होतं. 'लवकर या. फेब्रुवारीच्या अखेरीला इथले वनसौंदर्य मावळू

लागते. रम्य झिलाने सुकू लागतात' – असे त्यांचे तातडीचे पत्र जानेवारीतच मिळाले होते; तरी मला चाकरमान्याला जाईजाईतो फेब्रुवारीचा मध्य उजाडला होता. प्रवासात 'वाचलेली पुस्तकं' याशिवाय दुसरा विषय नव्हता. मी काय वाचलं, तुम्ही काय वाचलं, यावर बोलता बोलता सगळी वाट ओसरली होती.

अंघोळी उरकून ताजेतवाने झालो. गॅलरीत बसून चहापाणी करतो-न करतो, तोच चितमपल्लींनी चौकीदाराला हाक दिली आणि इथल्या लायब्ररीतली भाराभर पुस्तकं पुढ्यात येऊन पडली. वन्य प्राणी, पक्षी, झाडंझुडं यांच्यावरती दुर्मीळ अशी नाना पुस्तकं होती. कोण्या रसिक अधिकाऱ्यानं प्रवाशांसाठी ही सोय इथं केली, त्याला मी शतशः धन्यवाद दिले. अधाशासारखा मी पुस्तकं चाळीत राहिलो.

संध्याकाळ झाली.

चितमपल्ली म्हणाले, "चला, जीपमधून जरा फेरफटका मारून येऊ. नशिबात असलं, तर काही दिसेल."

"काय?"

"वाघ, बिबळ्या, अस्वल, कांचनमृग, नीलगाई, अस्वल काहीही!"

पुस्तकांचा लोभ सोडून मी उठलो.

नागझिरा अभयारण्यातून वन्य प्राणी पाहण्यासाठी म्हणून खास गोलाकार असा जीपचा रस्ता काढलेला आहे. खाचखळग्यांच्या, चढउतारांच्या या अरुंद रस्त्यावरून जीप धावू लागली. आम्ही दोघंही ड्रायव्हरशेजारी बसून सारखं डाव्या-उजव्या बाजूला बघत राहिलो. काळोख झाला. मागे तोल सावरीत उभा राहिलेला फॉरेस्ट गार्ड हातातल्या सर्चलाइटचा झोत इथंतिथं टाकू लागला आणि बऱ्याच वेळानं बुमकन डोळे चमकले.

हलक्या आवाजात कुजबुज झाली, "काय?"

"बायसन, बायसन – जरा पुढं घ्या गाडी. हां. थांबा, थांबा."

"कुठं?"

"ते बघा – एक, दोन, तीन. तीन आहेत, तीन!"

अंधारात अंतराचा चकवा नेहमीच पडतो. शिवाय फॉरेस्ट गार्ड गाडीत उभा होता. त्याच्या इतकी उंची प्राप्त झाल्याशिवाय काही दिसणं शक्य नव्हतं.

घाईगडबडीनं मीही जीपमध्ये अवघडून उभा राहिलो.

दूरवर नुसते डोळे दिसले, अस्पष्ट अंगं दिसली.

गार्ड वर्णन करत होता, "एक काळा आहे, दोन तांबडे."

म्हणजे एक पुरी वाढ झालेला आणि दुसरे दोन्ही तरणे खोंड असावेत. फार

वेळ अंगावर झगझगीत प्रकाश घेऊन गव्यासारखा लाजाळू प्राणी उभा राहणं अशक्य! वळून ते दाट झाडीत शिरले.

ठीक आहे. अस्पष्ट का होईना, काही दिसलं होतं.

पुढं काही अंतरावर चार कांचनमृगांचं टोळकं दिसलं. ते बराच वेळ उजेडाकडे बघत उभं होतं.

–आणि पुढं दोन नीलगाई दिसल्या.

पुन्हा काही कांचनमृग.

पुन्हा गवे...

पण ही सगळी मंडळी दाट झाडीत, रस्त्यापासून आत अशी दिसली. काजव्यासारखे नुसते अनेक हिरवे डोळे दिसत.

जंगल बघण्याचा हा प्रकार मला विशेष बरा वाटला नाही. जीपचा घरघराट, दिव्याचा झोत, आमची कुजबुज यामुळे बापडे कांचनमृग आणि गवे, नीलगाई हबकून गेल्या असतील. त्यांचा डौल, रंग, त्यांचं हलणं हे सगळं असं अंधारात काय दिसणार? त्यापेक्षा सकाळ-संध्याकाळ हत्तीवरून रपेट मारण्याची सोय जर इथं असती, तर कितीतरी बघता आलं असतं!

बऱ्याच उशिरा बंगल्यावर परतलो.

नागझिराला अजून एक गोष्ट बरी होती, वीज नाही. कंदील, शामदान, गॅसबत्ती अशी सगळी प्रकाशयोजना होती. हॉलमध्ये बत्ती, बाथरूममध्ये कंदील, झोपायच्या खोलीत शामदान. बरं वाटलं. आजूबाजूला गाव, बाजारपेठ काही नाही. त्यामुळं इथं येताना सगळा कोरडा शिधा बरोबर घेऊन यावं लागतं. चितमपल्लींनी ते केलं होतं. पेट्रोलच्या कॅन्सबरोबर दूध, कांदेबटाटे, पीठ, मीठमिरची, तेल आणि स्वयंपाकी असं सगळंच साहित्य त्यांनी जीपमध्ये भरलं होतं.

आम्ही फिरून येईतो जेवण तयार होतं. जेवलो आणि पुन्हा पुस्तकात नाकं खुपसून अंथरुणावर पडलो.

फार दिवस मी शोधत होतो, ते जॉर्ज शेल्लरचं दुर्मीळ पुस्तक – 'दि डिअर ॲण्ड दि टायगर' इथं अचानक माझ्या हाती पडलं होतं. कान्हाकिसली या अरण्यात चौदा महिने काढून या थोर अभ्यासकानं लिहिलेला हा ग्रंथ अप्रतिम होता.

मध्यानरात्र उलटली, तरी शामदानाच्या मंद उजेडात मी कान्हाकिसलीच्या जंगलात भटकत होतो. वरचेवर दुर्बीण डोळ्याला लावून बघत होतो. कांचनमृगांचे, बारशिंगांचे कळप न्याहाळत होतो. वाघिणीच्या मागे दबत दबत जात होतो...

वाचता वाचता डोळे जड झाले. अक्षरं दिसेनात.

आजूबाजूच्या जंगलात नाना आवाज येत होते.

हा फेब्रुवारीचा मध्य होता. माजावर येऊन, माना गलेलठ्ठ झालेले कांचनमृगाचे नर वरचेवर डिरक्या मारीत होते. आवाज अगदी जवळून येत होता; बहुधा समोरच्या तलावापलीकडे जी झाडी होती, तिच्यातच आता ही उलाढाल चालली असावी. पुस्तकातलं वर्णन, प्रत्यक्षातले आवाज, जंगलातला प्रवास आणि रात्रीचा मुक्काम या सगळ्या गोष्टी एकमेकांत मिसळून वास्तव आणि कल्पना यांचं काही विलक्षण मिश्रण तयार झालं होतं. त्यात डुंबता डुंबता मी केव्हा खोल बुडालो आणि गाढ झोपलो, ते समजलंच नाही.

सकाळी जागा झालो, तेव्हा पाखरं मंजूळ गात होती. वरच्या मजल्यावर असलेल्या झोपायच्या खोलीतून उठून मी गॅलरीत येऊन उभा राहिलो. माठातल्या, वाळ्याचा वास असलेल्या पाण्यासारखी हवा सुखद, थंड आणि सुगंधित होती. अजून पुरतं उजाडलं नव्हतं. समोर तलावावर विरळ धुकं तरंगत होतं. दहिवरानं ओली झालेली बागेतली उंच उंच झाडं अजून स्तब्ध उभी होती. हिरवळीच्या पट्ट्यांचे काठ निळ्या-पांढऱ्या, पिवळ्या-तांबड्या फुलांनी लखलखत होते.

सूर्योदय झाला आणि पुन्हा आम्ही जीप घेऊन बाहेर पडलो.

सात वाजण्याचा सुमार झाला. जंगलातून बाहेर पडून कांचनमृग आता मोकळ्या गवतात चरू लागले होते. बऱ्याच माद्या आणि वर्षभराची पोरं दिसली. कुठं एखादा शिंगाड्या नर दिसला. सकाळच्या कोवळ्या उन्हात उंच उंच गवतातून माना वर करून, कान पसरून चकित मुद्रेनं ती जीपकडे बघत होती. तासा-दीड तासात जागजागी भेटलेल्या कळपांत एकूण एकोणीस हरणं मी मोजली. ऊन तापू लागलं, तेव्हा पुन्हा ती जंगलात सावलीला परतली. आता आली, तर दुपारी चारच्या सुमाराला ती बाहेर येणार होती, नाहीतर मग संध्याकाळी पाचनंतर. पावसाळ्यात आभाळ ढगांनी झाकोळलेलं असतं. अशा शिरवळीच्या वेळी मात्र बराच वेळ ती उघड्यावर चरतात. मध्ये वाटेवर गप्प बसून राहिलेली वानरं दिसली. झाडावर न्याहारी आटपून ती उन्हाला आली असावीत. खेडेगावातली रिकामी मंडळी जशी पटांगणात उगीच उन्हाला बसून राहतात, तशी ही वानरं हालचाल न करता बसून होती. जीप थांबवून पिशवीतली वही काढावी आणि भराभर रेखाचित्रं काढावीत, असं मला फार वाटलं; पण इतरांना उगीच थांबावं लागेल, या संकोचानं मी गप्प बसलो.

जिथं कांचनमृग आहेत, तिथं वानरं असणारच. ते कांचनमृग आणि हे शाखामृग – पण दोघांत चांगलं सख्य असतं. कांचनमृगाचा काय फायदा ही वानरं उठवतात, कोण जाणे; पण कांचनमृगांना मात्र वानरांमुळे चांगलंचुंगलं खायला मिळतं. भोकर, आवळा, जांभूळ, उंबर असल्या झाडांवरून वानरांचा कळप हिंडतो,

तेव्हा नेहमीचा गवताचा चारा सोडून कांचनमृग या झाडांखाली गोळा होतात आणि वानरांनी अर्धवट खाऊन टाकलेली, त्यांच्या उड्यांमुळे फांद्या हलून टपाटपा खाली पडणारी ताजी, रसाळ फळं गबागबा खातात. आवळ्यांनी त्यांची दोन्ही गालफडं टम्म होतात आणि तोंडातून रस ओघळत राहतो. या अप्रूप झाडांची तोंडाला न येणारी कोवळी पालवीसुद्धा वानरांमुळेच त्यांना मिळते. जांभळाच्या झाडांवर वानरांचा कळप जोगावतो आहे; मोठी वानरं, माद्या, त्यांच्या पोटाला चिकटलेली पोरं यांचा दंगा वर चालला आहे आणि खाली धावून धावून कांचनमृग येताहेत, वर पाहताहेत; डहाळ्या, जांभळांचे घोस खाली पडताच त्यावर तोंड टाकताहेत... एवढ्यात

शेंड्यावरचा मोठा ठोल्या वानर गप्प होतो. त्याला दुरून येणारा बिबळ्या दिसतो. हूप हूपच्या ऐवजी खकर खक्, खकर खक् असा इशारतीचा आवाज तो करतो आणि त्यासरशी आईच्या काखा सोडून थोडी दूर झालेली पोरं घाईगडबडीनं आयांच्या पोटाला चिकटतात. खालच्या डहाळ्यांवरची वानरं वर, उंच उंच जातात. दोन पायांवर उभी राहून दूर बघू लागतात. वानरी धोंड्यासारख्या जागच्या जागी गप्प राहतात आणि तोंडात जांभळांचे घोस घेतलेला कांचनमृगांचा कळप टाण टाण उड्या घेत विरुद्ध दिशेला उधळतो. वानरांनी दिलेला इशारा त्यांना बरोबर कळतो.

बरीच हरणं, वानरं, काही नीलगाई बघून आम्ही पुन्हा मुक्कामावर आलो. जेवणं उरकली. मी पुन्हा पुस्तकात शिरलो.

तिसरा प्रहर झाला. चितमपल्ली म्हणाले, “चला, तलावाच्या पलीकडच्या टोकाला दोन टेकड्यांमध्ये एक चांगला वॉच-टॉवर आहे. जनावरं पाण्यावर येतात, त्या जागी बांधलेला. जाऊन तिथं बसू या.”

“बसू या, तर बसू या. चला!”

निघालो. बरोबर टिपणवही, दुर्बीण घेतली.

डाव्या बाजूचा नाला पार करून पुढे गेलो. झाडाझुडांनी भरलेल्या टेकडीच्या पायथ्यानंच पाऊलवाट गेलेली होती. हळूहळू बोलत जात होतो. एवढ्या दिवसाउजेडी समोर काही जनावर दिसेल, याची मुळीच कल्पना नव्हती मला. तिन्हीत्रिकाळ जंगलात राहणाऱ्या चितमपल्लींनाही नव्हती. आमच्या पायांचे आवाज होत होते. तोंडांचेही होत होते. तलावाच्या अगदी टोकाशी, डाव्या बाजूला, चांगल्या अडचणीच्या जागी मुद्दाम जनावरं पाहण्यासाठी बांधलेल्या टॉवरकडे ही पायवाट जात होती.

वळणावर आलो आणि ध्यानीमनी नसताना ‘पुक, पुक’ असा पिठाच्या गिरणीचा व्हावा, तसा आवाज झाला. कांचनमृगांचा कळप उधळला. दिसेनासा झाला. दोघांची अंगं तेवढी मला दिसली.

चकित होऊन मी जागच्या जागी उभा राहिलो.

वाटलं, थोडं सावकाश कानोसा घेत आलो असतो, तर हा सगळा कळप मला न्याहाळता आला असता. टेकडीवर चढून, थोड्या उंच जागी बसलो असतो, तर केवढंतरी नाट्य माझ्यासमोर घडताना मला दिसलं असतं.

ऋतुकालानुसार कांचनमृगांच्या कळपाचा आकार लहानमोठा होत राहतो. साधारणत: पाच ते दहा जनावरं एका कळपात असतात. माजाच्या काळात एखादा मोठा शिंगाडा, काही लहान नर, माद्या आणि अजून आईची पाठ न सोडलेली पोरं; पण हे दृश्य नेहमीच दिसेल, असं नाही. असे एकत्र राहण्यापेक्षा सवतेसुभे करून राहण्याकडेच त्यांचा जास्ती कल असतो. नरांचा घोळका वेगळा आणि माद्या-पोरं

यांचा घोळका वेगळा. वयात आलेले नर माजावर आले, म्हणजेच माद्या-पोरांच्या कळपात घुसतात. माजावर आलेल्या शिंगाड्याची मस्ती पाहण्यासारखी असते. वरचेवर तो घोगऱ्या आवाजात डिरकत असतो. शिंगानं माती उकरतो. गवताच्या, झाडझाडोऱ्याच्या मुळ्या शिंगात अडकून मुंडावळ्या लोंबताहेत, अशा अवस्थेत लट्ठ मानेनं तो सारखा मादी शोधत हिंडत असतो. वयात आलेल्या मादीपाशी जाऊन तिच्या निरणाला नाक लावतो. असा स्पर्श झाला की, मादी खळाखळा मुतते. ते ओठावरून ओघळताच हा वर तोंड करून ओठ मुडपून नाकाला लावतो. त्या वासावरूनच त्याला ही मादी वाफेवर आहे का नाही, हे कळते. नसली, तर तिचा पिच्छा सोडून तो दुसरीच्या मागे लागतो. ती वाफेवर येऊ घातली आहे, हे कळताच प्रणयाराधन सुरू होतं. तिच्या मागोमाग सारखं हिंडायचं. ती जोगवून कुठं टेकली की, शेजारी अंगाला अंग घासून आपणही पाय मुडपून बसायचं. मादीही नाना हुलकावण्या देते. त्यानं हिच्या पाठीच्या टोकाशी हनुवटी टेकवली की, दोन पावलं पुढं पळते, उधळते. आणि तो नाही मागे आला, तर गोल चक्कर टाकून आपण त्याच्यापाशी येते. असा खेळ कित्येक तास चालतो. शेवटी जेव्हा नर पाठीवर हनुवटी टेकतो, तेव्हा शेपूट वर करून, पाठीची कमान वर उचलून मादी एका जागी स्थिर उभी राहते.

वाकून वाकून आम्ही पायाच्या खुणा पाहिल्या. बरीच जनावरं कळपात असावीत. आम्ही येण्याअगोदर सगळा कळप इथं पटांगणात खेळत असला पाहिजे.

बांधावरून घसरणीला लागून आम्ही खाली उतरलो. ही अगदी सुरेख जागा होती. सभोवार सरळसोट वाढलेल्या झाडांचे बुंधे आभाळात उंच उंच गेले होते. सुसरीच्या पाठीप्रमाणं खोडं असणारे निळेकाळे ऐन वृक्ष, पांढऱ्या खोडाचा धावडा वृक्ष, तेंडू आणि बिजा हे वृक्ष होते. तसंच या उभ्या सोटांच्या पायतळी नालाच्या आकाराचं पाण्याचं डबकं होतं आणि त्यावर नजर ठेवून बसता येईल, असा पंचवीस-तीस फूट उंचीचा लोखंडी टॉवर जवळच होता. पायट्यांवरून चढून आम्ही वर गेलो आणि हत्तीवरच्या हौद्यात जमवावी, तशी बैठक जमवली. खालचं पाणी आरशासारखं चमकत होतं. पाननिवळे किडे त्यावर रेषा, वर्तुळं काढत होते. झाडांची पिवळी पानं अधूनमधून शेंडा सोडून खाली गिरगिरत उतरत होती. पाण्यात पडत होती. वर्तुळं उठत, विरत होती. पाखरांचे आवाज होत होते. आधी काळ्या कोतवालानं हाक दिली. मग लाजरा भारद्वाज धुत्कारला. जरा वेळानं तांबट. मग पोपटांनी कलकलाट केला. मागोमाग सातबायांचा कर्कश गलका ऐकू आला. चितमपल्लींचं निरीक्षण असं की, पाखरांच्या ओरडण्यातही क्रम आणि संगती असते. कोण कोणत्या वेळी ओरडणार, हे निश्चित असतं. हे ओळखीचे आवाज त्या निबिड अरण्यात कितीतरी वेगळे आणि जोरदार वाटत होते. या सगळ्या आवाजांवर

माजावर आलेल्या कांचनमृगांचा जोरदार आवाज मधूनच उठत होता. हे काय ओरडतं आहे म्हणून बिनमाहीतगारानं दबकून जावं, इतका जोरदार आणि भय उत्पन्न करणारा! एकापाठोपाठ एक असे तीन-चार आवाज होत आणि लगेच पार त्या टोकाकडून दुसरा नर तसाच आवाज देई.

संध्याकाळ होत होती. या पाण्यावर कोणतंही जनावर येण्याची शक्यता होती. आम्ही धोंड्यासारखे गप्प बसून होतो. बराच वेळ पाण्यावर काही आलं नाही.
आम्ही दोघंही पाण्याकडे तोंड करून बसलो होतो. मी हळूच फिरलो आणि

पाण्याकडे पाठ करून समोर बघत राहिलो. समोरून लहानशी पाऊलवाट डोंगराकडे गेली होती. मावळत्या सूर्याचे किरण झाडांच्या शेंड्यातून घुसून या वाटेच्या अगदी टोकाशी स्पॉटलाइट टाकावा तसे पडले होते. गर्द सावलीतला तेवढाच भाग उजळून निघाला होता. पार पलीकडे, माझ्या उजव्या बाजूला, रेस्टहाउसच्या दिशेला कॉलेज युवकांची टोळी सहलीला आली असावी. त्यांचं हसणं-बोलणं आमच्या कानांवर येत होतं. सावकाशपणे एक मादी झुडपातून बाहेर आली आणि त्या स्पॉटलाइटमध्ये येऊन उभी राहिली. शेपूट ताठ करून आणि कान उभारून मादी आवाजाचा सावट घेत होती. तिच्या मागोमाग एक चपळ पोर आलं. त्याचा जन्म बहुधा गेल्या वर्षीच झाला असावा. डोंगराच्या दिशेनं ती मायलेकरं वर सरकली. लगेच मागोमाग आणखी दोन माद्या आल्या. त्याच जागी थबकून पुन्हा पुढं दिसेनाशा झाल्या. पोरं आणि माद्या. पोरं. पुन्हा मादी. अशी सात-एक जनावरं गेली. थोडी शांतता आणि मग मागोमाग प्रचंड शिंगांचा एक मस्तवाल नर! एखादा फॅशन-शो पाहावा, तशी मी ही सगळी परेड बघत होतो. आम्ही बसलो होतो त्या जागेपासून वीसएक यार्डांवरून वारंवार कांचनमृग जात होते आणि मधूनमधून नराचं डिरकणं चालूच होतं.

दिवस पार उतरला. पाखरं शांत झाली. अंधारून आलं. अगदी शेवटी शेवटी घुर्रर, घुर्रर, घुर्रर असा ठिपक्या होला ओरडला आणि सगळं जंगल शांत होऊन रातकिड्यांनी सूर लावला.

आता फक्त संधिप्रकाश राहिला होता.

कुठूनतरी एक नाइट हॅरॉन आला आणि डबक्याकाठी उतरला. माशावर डोळा ठेवून बसला. अगदी आवाज न करता, चोरासारख्या त्याच्या हालचाली सुरू झाल्या. सावकाश एक-एक पाऊल पाण्यात, मान मागं, एकदम थांबून पुढं. स्तब्ध!

सूर्य मावळल्यावर, कधी एकाकी वाट तुडवताना 'क्वार्क्' असा कर्कश आवाज येतो. दचकून वर पाहावं, तर नाइट हॅरॉनच्या काळ्या सावल्या डोक्यावरून उडत जाताना दिसतात. दिवस मावळला की, त्यांना उजाडतं. दिवसभर कुठंतरी झाडांच्या सावलीला खांदे उंचावून झेप घेणारे नाइट हॅरॉन घोळक्यानं किंवा एकटे एकटे मच्छिमारीसाठी बाहेर पडतात. संध्याकाळ झाली होती. पाण्याकाठी बसलेल्या नाइट हॅरॉनचे लालचुटूक डोळे, पिवळेनारिंगी पाय, काळी पाठ काही दिसत नव्हतं.

चार-दोनदा त्यानं पाण्यात चोच मारली. काही मिळालं की नाही, कळलं नाही. तो उठून मोठ्या पाण्याकडे गेला. क्षणभर, सोबत गेली असं वाटलं.

आता पाणी काळवंडलं होतं. जंगल शांत होतं. रातकिड्यांचं समूहगान तेवढं

चालू होतं. पाण्यावर जनावर येण्याची काही आता शक्यता दिसत नव्हती. एवढ्यात घारीएवढ्या आकाराचं, विटकरी रंगाचं घुबड सावलीसारखं आलं आणि पाण्याकाठी उतरलं. बराच वेळ धुंडून त्यालाही काही शिकार मिळाली नाही. तेही उडून झाडीत दिसेनासं झालं.

घड्याळात साडेसात वाजून गेले होते. म्हणजे एखादा चित्रपट पाहावा, तसं हे पाणी पाहत आम्ही दोघं इथं तीन तास बसलो होतो. येताना विजेरी घेऊन यावी, हे भान न राहिल्यामुळे अंधाराआधी रेस्टहाउसवर पोहोचणं जरुरीचं होतं.

टॉवरखाली उतरून आल्या वाटेनं परत रेस्टहाउसकडे आलो.

वाटेत रात्रीच्या मुक्कामासाठी जागा पसंत करणारा एक मोठा रानकोंबडा आढळला.

अंथरुणात पडल्यावर रात्री उशिरापर्यंत शिंगाड्या नरांचं डिरकणं ऐकू येत होतं.

मुक्काम संपला.

दुसरे दिवशी भल्या सकाळी उठून आम्ही परतीची वाट धरली. आता इथून भंडारा, मग नागपूर आणि रेल्वेनं पुणं.

सकाळच्या हवेत, टवटवीत ताज्या जंगलात, इथं-तिथं कांचनमृग पुन्हा दिसले.

दचकून पाहणार नर, शेपूट उभारून पळण्यापूर्वीचा दृष्टिक्षेप टाकणाऱ्या माद्या. बिट्टीबिट्टी पोरं. एकूण नागझिरा म्हणजे कांचनमृगांचंच अभयारण्य होतं.

दोन्ही बाजूंनी जंगल असलेल्या वाटेवरून जीप धावत होती.

मी मनात म्हणत होतो :

डिसेंबर-जानेवारी या काळात कांचनमृगांचे नर माजावर येतात. इथं हा काळ थोडा लांबलेला दिसतो. नागझिरा जंगलातले नर अजून माजावरच आहेत. आठ-साडेआठ महिन्यांनी आज गाभण राहिलेल्या माद्यांना पोरं होणार!

व्यायच्या आधी तीन-एक दिवस मादी कळपातून बाजूला होते. दाट जाळकटी, उंच गवत अशी एखादी दडणीची जागा हेरून तिच्या आसपासच घुटमळत राहते. वेळ आली की, गर्द जाळकटीत जाऊन पोर टाकते. जंगलातल्या या धकाधकीच्या मामल्यात पोराला फार काळ बालपण भोगता येत नाही. आईच्या पोटातून बाहेर पडल्यापासून अर्ध्या तासातच हे आपल्या लांबलचक पायांवर उभं राहण्यासाठी धडपडू लागतं आणि तासा-सव्वातासात डुगडुगत उभंही राहतं. एक दिवसाचं वय झालं रे झालं की, दुसऱ्या दिवशी ते चालतं, पळतं आणि उड्याही हाणतं!

आई आपल्या नव्या बाळाला वारंवार चराचरा चाटते. या चाटण्यामुळंच पोराला आपली आई ओळखता येते. एरवी ते कुणाही मृगामागं धावतं. असं ते

धावलं की, आई तत्काळ जाऊन त्याला चाटते. पुढं चालू लागते आणि मग पोराला कळतं की, ही आई – हिच्यामागं जायचं.

दहा दिवसांचं झालं की, पोर कळपातून आईमागं जातं. कांचनमृगांचा कळप पाण्यावर गेला आणि परतला की, या गडबडीत अशी लहान पोरं पुष्कळदा चुकतातही.

शेल्लरनं कान्हापार्कमधला एक प्रसंग सांगितला आहे :

'पाण्यावर आलेला एक कळप पाणी पिऊन गेला. दरम्यान, दुसरा कळप येऊन गेला.

–आणि नंतर पाण्यावर आलेल्या पंचवीस वानरांच्या घोळक्यात एक गोंधळलेलं पोर उभं असलेलं मला दिसलं.'

चुकामूक झालेल्या मायलेकरांची भेट पुष्कळदा दुसऱ्या दिवशी होते. कधीकधी होतही नाही. अजगराच्या विळख्यातून, गरुडाच्या झडपेतून, वाघ-बिबळ्या-तरस यांच्या दाढेतून वाचली, तर अशी पोरकी पोरं दुसऱ्या माद्या दत्तक घेतात. एका मादीपाठोपाठ कधीकधी दोन-दोन, तीन-तीन पोरं हिंडताना दिसतात.

जंगल संपून आता नागपूरकडे जाणारा हमरस्ता लागला होता. मैलामागून मैल मागे पडत होते, गावं येत होती, जात होती. माणसांचं जग सुरू झालं होतं.

मी मात्र कांचनमृगांच्याच मागं हिंडत होतो.

∎

'मौज' : दिवाळी अंक : १९७६

नवेगाव बांध : पाऊलखुणा

'सामान्यत: जो अर्थ गृहीत धरला जातो, त्या अर्थानं मी पशूंना हिंस्र समजत नाही. त्यांच्याकडे मी एवढा ओढलो गेलो, याचं कारण त्यांच्या तोंडून मी कधी मूर्खपणाचं वक्तव्य ऐकलं नाही.'

– थोरो

रात्री मध्येच कधीतरी जाग आली. फॉरेस्ट बंगल्याच्या चौकीदारानं बांबूच्या छड्यांचे आधार देऊन खुबीनं उभ्या केलेल्या मच्छरदाणीत मी होतो.

बारीक करून कोपऱ्यात ठेवलेल्या कंदिलात थोडी धुगधुगी बाकी होती. डोक्याकडे असलेल्या खिडकीतून थंडगार चंद्रप्रकाशाचा चौकोन जमिनीवर, भिंतीवर पसरलेला होता.

हळूच उठलो; पलीकडच्या खाटल्यावर झोपलेल्या मित्रवर्य मारुतराव चितमपल्लींची झोपमोड होऊ नये, अशा बेतानं दार उघडलं आणि बाहेर व्हरांड्यात आलो. अंगणात उतरलो. फाटक उघडून उघड्यावर आलो. आजूबाजूला फुललेली आमराई होती. डाव्या बाजूला मोहोरानं फुलून गेलेली आंब्याची झाडं निश्चल उभी होती. मंजिऱ्यांचा सुगंध सर्वत्र दरवळून उरला होता. शेजारी शेजारी उभ्या अशा दोन उंच आंब्यांच्या काळ्या आकृतींमधून पलीकडे वाटोळा चंद्र दिसत होता आणि दुरून तनमोराचा टाहो पुन:पुन्हा कानी येत होता.

हा फेब्रुवारीचा मध्य होता. तनमोरांचा हा अंडी घालण्याचा काळ होता. मीलनोत्सुक अशा पक्षिणीचा टाहो समोर पसरलेल्या विस्तीर्ण जलाशयावरून सरसरत दूर जाऊन विरत होता.

एकाएकी मला एवढा उत्साह वाटला की, पंख फडफडवीत आणि मान

फुगवून उंच बांग द्यावी!

भंडारा जिल्ह्यातल्या 'नवेगाव बांध' या राष्ट्रीय उद्यानातून गेले दोन-तीन दिवस भटकत होतो. साग, धावडा, गराडी ऐन, साजा, मोहा, बांबू अशा वृक्षविशेषांनी आणि त्यांना वेढून राहिलेल्या लतावेलींनी काळोखी आणलेल्या या वनातून हिंडताना मला विलक्षण आनंद होत होता. जंगलातल्या अरुंद वाटेवरून पळत असलेल्या आमच्या जीपसमोरून कधी चकोतऱ्या तुरगत जात, तर कधी मोठ्या सोग्याचे मोर माना उंच करून सावट घेत उभे असलेले दिसत. लगेच मारुतराव सांगत, "ग्रे आणि रेड जंगल फाऊल या दोन्ही जाती सहसा एकत्र नसतात, पण इथं त्या आहेत, बरं का!"

माझं मन एकदम भरारून खूप मागे गेलं. नवी बंदूक माझ्या हाती आली होती. कारवारकडे गुंजावती गेमब्लॉकमध्ये आम्ही दहा-बारा जण शिकारीला गेलो होतो. बांबू फुलांवर आला होता आणि त्याच्या बियांवर ताव मारण्यासाठी प्रचंड संख्येनं रानकोंबड्या आणि कोंबडे आले होते. जंगलातला कोंबडा हा भलताच हुशार पक्षी असतो. बांबूच्या बेटातून फिरताना तो इतकी सावधगिरी बाळगतो, की भल्या भल्या शिकाऱ्यांची त्याला टिपताना अब्रू जाते. त्यात जयंतराव टिळकांनी आम्हा नव्या पोरांसाठी पैज लावली होती :

कोंबडा मारील, त्याला एक रुपया बक्षीस!

रोज सकाळी आणि संध्याकाळी मी दोन्हींकडे बांबूची दाट बेटं असलेल्या वाटेवरून फेरफटका घेई आणि कोंबडा मारण्याची खटपट करी. अनेकदा कोंबडे दिसले आणि बंदूक सुधारायच्या आत बांबूच्या बेटाआड झाले. फक्त एकदाच एक सुरेख कोंबडा टप्प्यात आला. त्याला मी दिसलो नव्हतो. एका बेटाआडून माना काढून काढून तो बघे आणि भरकन दुसऱ्या बेटाआड जाई. लपत लपत मी वारुळाच्या आडोशाला लपलो. नीट दिसेना, म्हणून वारुळावर चढून दोन पायांवर बसलो आणि तेवढ्यात हा टप्प्यात आला. नेम धरून मी बार घातला आणि सैल धरल्यामुळे बंदुकीच्या दस्त्याचा असा दणका छातीला बसला की, वारुळावर निसमाळ्या बसलेला मी बंदूक छातीवर घेऊन उताणा मागे कोसळलो. तिकडे कोंबडा फर्रकन उडूनही गेला. आजूबाजूला कोणी नसतानासुद्धा मी विलक्षण ओशाळून गेलो. एका नवशिक्या पोराची फजिती बघून तो कोंबडा पोट धरधरून हसला असेल.

पंधरा दिवसांच्या त्या मुक्कामात मला फक्त एक लहानशी कोंबडी मारता आली, पण तिला बक्षीस नव्हतं!

या गोष्टीला तीस वर्षं उलटून गेली होती.

आता मी शिकारी उरलो नव्हतो. पाठीशी बंदूक नव्हती. गळ्यात फक्त दुर्बीण होती.

या जंगलाचा भूगोल माझ्या परिचयाचा नव्हता. कुठून कुठं चाललो होतो, काही कळत नव्हतं.

पवनी नावाचं लहानसं गाव वाटेत लागलं. इथले जिम कारबेट माधवराव पाटील धोतराचा काच्या मारून आणि खाकी शर्ट घालून आमच्याबरोबर हिंडायला आले. त्यांनीही आता हत्यार टाकलं होतं. गेली तीस-चाळीस वर्षं जंगलातून हिंडल्यामुळे ही सगळी भूमी त्यांना तळहातासारखी माहीत होती. आजतागायत या शिकाऱ्यानं पायांत काही पादत्राण वापरलं नव्हतं. त्या दिवशीही ते अनवाणीच आमच्याबरोबर हिंडत होते.

जंगलातल्या गट्याळ वाटांवरून कौशल्यानं जीप चालवीत होते. मध्येच पायउतार होऊन विद्वानाच्या भेटीला न्यावं, तसं त्यांनी मला एका वृक्षाच्या भेटीला नेलं. वाट काढीत काढीत आम्ही एका नाल्याच्या काठी आलो. ओल्या मातीत खूप रुतलेले गव्याचे खूर लागले, अगदी ताजे! एकुलगा असा हा काळा गवा असला पाहिजे. दाट जंगलात राहणारा गवा दृष्टीला पडणं कठीणच! सहा फूट उंची आणि दोन हजार एकाहत्तर पौंडापर्यंत वजन! चमकदार काळा रंग, चार पाय मात्र मोजे घातल्याप्रमाणे पांढरे. असा गवा म्हणजे जंगलाचं भूषण असतं. तरणेबांड गवे गर्द किरमिजी रंगाचे असतात आणि जून गवे काळे. शिंग जबरदस्त! सर्वांत मोठं शिंग सापडल्याची नोंद आहे, ती साडेएकतीस इंचांची!

बारा ते वीस अशा कळपाने गवे हिंडतात. बांड गवे, जून गवे आणि गाया कळपात असतात. काही नेणती वासरंही असतात. कळपाचं म्होरकेपण अनुभवी अशा गाईकडं असतं. पोरंबाळं, तरणे गवे, गाय मध्ये आणि जून काळे गवे पिछाडीला. कळपाची पुढारीण साठ-शंभर फूट पुढं उभं राहून सारखी सावट घेत जात असते आणि मागला कळप बेफिकीरपणे, निर्धास्तपणे जात असतो.

दोन अनोळखी गव्यांची गाठ होते, तेव्हा कोण ताकदवान याचा निर्णय होणं आवश्यक असतं; पण यासाठी टक्कर खेळावी लागत नाही. ताकदवान असतो, तो डोकं खाली घालून आणि पाठीशी कमान करून आपल्या शरीराचं प्रदर्शन एखाद्या बॉडीब्युटिफूलवाल्या पहिलवानाच्या झोकात करतो. दुसरा तीस-एक फुटांच्या अंतरावर नमून उभा राहतो. मग ताठ पायाने, सावकाश आपल्या प्रतिस्पर्ध्याभोवती चक्कर घेऊ लागतो. तसा हा जागा न सोडता, त्याला डोकं देत अंगाभोवती फिरत राहतो. हा एकमेकांची ताकद आजमावण्याचा प्रकार पाच-दहा मिनिटं चालतो आणि शेवटी दोघांपैकी एक जण, 'बरं, बाबा, तू मोठ्या बापाचा' असं म्हणून

लहानपणा पत्करून चालता होतो. विजयी योद्धा खुरानं माती उकरतो, डिरक्या देतो आणि जंगलातला एक नाट्यपूर्ण प्रवेश संपतो.

थोडं पुढं गेलो आणि बिबट्याची पावलं लागली. अगदी पहाटे पहाटे हा नाला ओलांडून गेला होता. पावलं अगदी ताजी होती.

आणखी थोडं पुढं गेलो आणि तो वृक्षविशेष दिसला. खोल, खडकाळ नाल्याच्या काठावर एक उंचापुरा अंजन ताठ उभा होता. एखाद्या कुशल शिल्पकाराच्या नाजूक हत्यारानं नक्षीकाम करावं, असं त्याचं सगळं खोड सुशोभित झालं होतं. माधवराव म्हणाले, ''हे अस्वलाचं झाड आहे. वर लागलेली मधाची पोळी खाण्यासाठी यावर अस्वलं चढतात आणि उतरतात. त्यांच्या नखांनी हे नक्षीकाम केलंय, बघा.''

बघणाऱ्याच्या डोक्याची टोपी पडावी, एवढी अंजनाची उंची होती. इतक्या उंचीवर चढणाऱ्या अस्वलांना खाली बघताच भोवळ येत असेल. आपल्या हाती कॅमेरा नाही, म्हणून सहसा मी कधी हळहळत नाही. इथं हळहळलो. हे नक्षीकाम रेखाचित्रात दाखविण्यापलीकडचं होतं. अंजनाला भेटून पुन्हा आम्ही आल्या वाटेनं परत फिरलो. जीपमध्ये बसलो.

चितमपल्ली म्हणाले, ''माधवराव, आता तल्लागुडीला जाऊ. तरसाचं ठिकाण बघू.''

पुन्हा अरुंद जंगलवाटेवरून बराच प्रवास. गप्पागोष्टी. पुन्हा जीप वाटेवरच ठेवून पायपीट. या नाल्यातून जाऊन ती चढण, ती चढण उतरून दुसरी चढण आणि मग समोर उंचवट्यावर प्रचंड शिलाखंडाचा ढिगारा! एक-एक फत्तर हत्तीच्या आकाराचा. काळाभिन्न. सांदीखोपाट्यांतून बांबूची बेटं उठलेली.

अगदी नमुनेबाज जागा होती.

बांबूचे फराटे हातानं वारीत आम्ही तो तरसाचा किल्ला चढलो आणि वाकून वाकून बघू लागलो. शिळांच्या खाली अंधारी जागा होती. नीट पाहिलं, तर तरसाचा चौसोपी वाडाच होता. इथंतिथं तरस बसल्याच्या खुणा होत्या. गळलेले केस होते. जुनीपुराणी हाडं होती. पण तूर्त, आजच्या घडीला इथं तरसाची वस्ती आहे, असं मात्र वाटत नव्हतं. एखाद्या इतिहासकालीन वास्तूची कळा या जागेला होती. ते काही का असेना, आजमितीला काही कारणांनी ही वस्ती सोडून तरस दुसरीकडं का गेली असेनात, वाडा तरी बघायला मिळाला! तरसांनी ही जागा फार हुशारीनं शोधली होती. बाहेरून इथपर्यंत येण्यासाठी नाले होते. म्हणजे आडोशानं जाण्या-येण्यासाठी वाटा होत्या. जागा बेताच्या उंचीवर होती. इथं बसून चौफेर नजर ठेवता येत होती. ऊन, वारा, पाऊस यापासून संरक्षण होतं. शिवाय या ऐसपैस वाड्याला चोहो

अंगांनी बाहेरची दारं होती. हल्ला झाला, तर कोणत्याही दारानं बाहेर पडता येईल, अशी सोय होती.

आफ्रिकेच्या जंगलात गेमवार्डन म्हणून अनेक वर्षं काढलेल्या हॅरी ओल्नेरच्या 'मेमरीज ऑफ ए गेमरेंजर' पुस्तकातली तरसाची एक हकिकत मला आठवली. तो लिहितो – 'लहानशा डबक्याकाठी विश्रांती घेत मी बसलो होतो. जराशानं समोरच्या झाडीतून एक तरस पळत पळत माझ्या दिशेनं येताना दिसलं. त्याच्या तोंडात काहीतरी होतं. मी दडल्या जागी गप्प बसून बघत होतो. तरस आपल्या नादात होतं. माझ्याकडं त्याचं मुळीच लक्ष नव्हतं. ते डबक्यापाशी आलं. पाण्यात उतरलं. चारी पाय पाण्यात अर्धेमुर्धे बुडल्यावर त्यानं एकवार आजूबाजूला पाहिलं आणि तोंडातून आणलेली वस्तू पाण्यात टाकली. पुन्हा इकडंतिकडं बघून घेतलं. दरम्यान, पाण्यात टाकलेली ती वस्तू वर आली. त्यासरशी त्याच्या तोंडावर आश्चर्य दिसलं. ती वस्तू पुन्हा तोंडात घेऊन ते थोडं पुढं सरकलं आणि तिथं वस्तू टाकून क्षणभर थांबलं.

'वस्तू पुन्हा वर आली! तरस विलक्षण गोंधळून गप्प उभं राहिलं.

'आता मात्र माझीही उत्सुकता शिगेला पोहोचली. मी जागचा उठून उभा राहिलो आणि चुकचुकलो. त्यासरशी चकित होऊन त्यानं कान उभारले आणि शेपटीचा गोंडा उडवून पोबारा केला.'

'पाण्यात उतरून मी ती वस्तू तपासली. वाईल्ड बीस्ट नावानं ओळखल्या

जाणाऱ्या जनावराचं ते फुफ्फुस होतं. सिंहानं शिकार केलेल्या वाईल्ड बीस्टवर तरसानं मनमुराद ताव मारला असला पाहिजे. खाऊन उरलेलं भक्ष्य कुठंतरी सुरक्षित जागी ठेवायचं आणि पुन्हा भूक लागल्यावर खायचं, ही तरसाची सवयच असते. हे पाण्याचं डबकं ही त्या तरसाची खाद्य ठेवण्याची नेहमीची जागा असली पाहिजे. फुफ्फुसासारखा हलका पदार्थ पाण्यावर तरंगून तत्काळ वर येतो, ही गोष्ट बापड्या तरसाला माहीतच नसावी. दहा इंच खोलीच्या त्या डबक्यात शोध घेतल्यावर मला कुजलेली हाडं सापडली. मांसापासून जुन्या बुटापर्यंत काहीही खाद्य गोड करून घेणाऱ्या तरसाची ही कोठीची जागा होती.'

तल्लागुडीचं तरसाचं ठिकाण पाहीपर्यंत माध्यान्हसमय झाला होता, म्हणून आम्ही पवनीला परतलो. माधवराव पाटलांच्या वाड्यावर ताटाला आमंत्रण होतं.

वाड्याचं भलंमोठं पटांगण शेणानं सारवून लखलखीत केलेलं होतं. वर मांडव घातला होता. कसला समारंभ आहे, म्हणून चौकशी केली तर माधवरव म्हणाले, "नाटक आहे."

"कुणाचं?"

"आपल्या गावकऱ्यांनीच बसवलंय. गावकरीच करणार."

"लिहिलंय कुणी?"

माधवराव म्हणाले, "लेखक गावकरीच आहेत एक."

नाटक संगीत होतं आणि माधवराव त्याच्या तालमी घेत होते.

जेवणखाण आटपून आम्ही इथून चाळीस-एक किलोमीटर अंतरावर असलेल्या पालांदूर गावी निघालो. रात्री पालांदूरच्या फॉरेस्ट बंगल्यात मुक्काम करणार म्हटल्यावर माधवराव म्हणाले, "मग मला परवानगी द्या. आज नाटकाची शेवटची तालीम आहे."

यावर काय बोलणार? माधवराव पाटलांना त्यांच्या नाटकी संसारात सोडून आम्ही पुढे निघालो.

तिसऱ्या प्रहराच्या सुमारास इटिहाडोहाच्या सरन्यावर वसलेल्या पालांदूरला आलो. आमराईच्या गर्दीत दोन लहान खोल्यांचा बंगला होता. पाणी आणवून अंघोळ केली. धुळीनं माखलेलं अंग स्वच्छ होताच सरन्यावर निघालो.

बॅक-वॉटरला मराठीत चांगलासा शब्द नाही. गोंडी बोलीत आहे. स र ना. आणखी कितीतरी सुरेख शब्द चितमपल्लींनी मला सांगितले. हॅरॉनला 'ढोकरी', स्टोन कर्ल्यूला 'तनमोर' (तृणमोर?), माऊस डिअरला 'तनसांबर' (तृणसांबर?), नाईट जारला 'रातवा' आणि कूटला 'चांद्या' (का, तर काळ्याभोर कूटच्या कपाळावर

पांढरा टिळा असतो.).

झाडाझुडपांतून, खाचखळग्यांतून वाट काढीत सरन्यावर पोहोचलो. समोर गर्द हिरवं रान, त्यापलीकडे दूरपर्यंत पसरलेलं पाणी, मध्ये मध्ये लहान बेटं. सरन्याच्या शांत पाण्यात काळीभोर वाळकी झाडं उभी होती आणि त्यावर पाणकावळे, बगळे शांत बसून होते. झाडांचं, पाखरांचं प्रतिबिंब पाण्यात हलत होतं. कुठूनतरी एक परपल हॅरॉन आला आणि काठावरच्या उंच झाडावर, अगदी टोकाशी बसला. माना उंच करून आमच्या दिशेनं बघू लागला. निरभ्र अशा झुळझुळीत निळ्या आकाशातून कंकर पक्ष्याचा पांढरा थवा आपल्या रात्रीच्या मुक्कामावर निघून गेला.

पार पलीकडच्या काठावर डोमा धीवर आणि त्याचा कोणी जातवाला आपली लहानशी डोंगी वल्हवत आले. मला दाखवण्यासाठी डोमानं घुई नावाचा किडा पकडून आणला होता. तो रसाळ, लठ्ठ किडा माझ्यापुढं धरून डोमानं खुलासा केला, ''असल्या घुया आम्ही माशाच्या गळाला लावतो.''

''पण त्या मिळतात कुठं डोमा?''

''भातखाचरात कुदळीनं थोडं उकरलं, की रग्गड, गाडगं भरून घावतात.''

हा घुई म्हणजे दुसरं-तिसरं काही नव्हतं. 'मोल क्रिकेट' होता. मी चिमटीत धरला, तर आपल्या पुढच्या दोन्ही दातेऱ्या, बळकट पायांनी अशा जोरदार लाथा त्यानं हाणल्या, की यँव्! हे रातकिडे जमिनीखाली बिळं करून राहतात. त्यांच्या सहा पायांपैकी पुढचे दोन्ही पाय म्हणजे जमीन उकरण्याची हत्यारंच असतात. बारीक कीडामुंगी, पाला, मुळं हे त्यांचं खाद्य. मादी वसंत ऋतूत अंडी घालते. ती सांभाळते. उबवते. पोरांची पुरी वाढ होण्यासाठी दोन वर्षं लागतात.

माझ्या देखतच बांबूचं एक-दोन वाव दांडकं पाण्यात रोवून डोमानं त्याला गळ बांधला. गळ्याच्या टोकाशी आमिष म्हणून घुई टोचला. पाण्यात पडताच तो गोलगोल वर्तुळं काढत राहिला.

डोमा म्हणाला, ''मासे याला लटकतात राती.''

''कोणते मासे?''

''वारंगा असतोय, मरळ असतोय, रोहू असतोय.''

असे अनेक गळ टाकून पालांदूरची धीवर मंडळी रात्री घरी परततात आणि सकाळी सूर्योदयाच्या आत, डोंग्या वल्हवत लागलेले मासे गोळा करतात.

''किती मासे मिळतात?''

''काही मिळतात, काही हुदाळे खाऊन टाकतात.''

माझा चेहरा प्रश्नार्थक झाला, तेव्हा चितमपल्लींनी खुलासा केला.

''हुदाळे म्हणजे ओटर्स. या पाण्यात ओटर्स आहेत. त्यांना गळाशी लागलेले मासे आयते मिळतात. ही हुशार जनावरं धीवराच्या गळाला लागलेले बरेच मासे

खाऊन टाकतात.''

माशांइतकीच सराईतपणे पाण्यात पोहणारी ही पाणमांजरं प्रत्यक्ष डोळ्यांनी बघावीत, म्हणून आसाममधल्या मानस अभयारण्यात नदीच्या काठानं मी पुष्कळ हिंडलो होतो, पण या महाचपळ जातीचं दर्शन काही मला झालं नव्हतं. दिल्लीच्या प्राणिसंग्रहालयात मी ती पहिल्यांदा पाहिली. मुद्दाम बांधलेल्या नालाच्या आकाराच्या डबक्यात त्यांना सोडलं होतं. ती सारखी पाण्यातून शिवाशीव खेळत होती, डुब्या मारत होती आणि जमिनीवर येऊन दोन पायांवर उभी राहून माझ्याकडं बघून चक्क शिङ्क्या मारीत होती. दोन पायांवर उभं राहून आपल्याकडं बघणारी ओटर्स फारच गोजिरवाणी दिसतात. इतक्या निष्पाप दिसणाऱ्या ओटर्सनी बापड्या डोमा धीवराच्या गळाला लागलेले मासे खाऊन टाकावेत आणि त्याचा तळतळाट घ्यावा, हे मला बरं वाटलं नाही.

माझ्या नवेगाव बांधच्या सफरीचा उद्देश ओटर्स आणि दुसऱ्या लोकांनी केलेल्या कमाईवर डल्ला मारणारे लोक यातलं साम्य शोधणं हा जरी नसला, तरी गरीब बापड्या धीवरांनी खटपटीनं पकडलेल्या माशांवर ओटर्सनी बिनदिक्कत डल्ला मारावा, माशांचा चांगला भाग तेवढा खावा आणि डोकी तेवढी धीवरांना ठेवावीत, याचा अचंबा वाटला.

घुई किडा

डोमाचं म्हणणं असं की, डोकं खाऊ, तर आपणही गळाला लटकू, हे शहाणपण हुदाळ्यांनी अनुभवानं कमावलं आहे.

ओटर्स फार हुशार असतात. धीवरांनी त्यांना पाळलं आणि शिकवलं, तर आपल्या धन्यासाठी नदीतले मासे मारण्यासाठीही त्यांचा उपयोग करता येतो. ही माहिती डोमाला नव्हती. तो वरचेवर म्हणत होता, ''हेंचा तरासच आहे आमाला. दिवसा ही दिसत नाहीत. सगळा येपार रातचा चालतो हेंचा!''

खरं म्हणजे यात हुदाळे डोकं वापरत होते, का तोंडापर्यंतच मासा, एवढंच त्यांचं भक्ष्य होतं, कोण जाणे!

हुदाळ्यांचं राहण्याचं ठिकाण पाण्यातच नसतं. त्यांची घरं जमिनीखाली, पण दारं पाण्यात असतात. मासे, बदकासारखे पाणपक्षी, बेडूक, खेकडे हे त्यांचं खाद्य. हुदाळ्यांची जमिनीखालची घरं शोधायची, म्हणजे त्यांनी पोरांसाठी आणलेल्या माशांचा वास कुठं भोकातून वर आला, तर त्या जागी जमीन खोदून बघायची. नाहीतर पाणाड्याप्रमाणं जमिनीला कान लावून त्यांच्या पोरांचा चिवचिवाट ऐकायचा. एरवी, जिथं माणसांचा वावर आहे, अशा ठिकाणी हुदाळे दृष्टीला पडणं कठीणच! ते फराऱ्यासारखे नित्य दडूनच राहतात.

डोमाबरोबर मी सरन्याच्या काठाकाठानं हिंडलो. कुठं हुदाळ्याची पावलं लागली, कुठं ते लोळल्याच्या खुणा दिसल्या. एका ठिकाणी दगडावर विष्ठेचा ढीगही दिसला. या कामासाठी एकच एक जागा वापरण्याची त्यांची खोड आहे. प्रत्यक्ष हुदाळे मात्र नजरेला पडले नाहीत. नवेगाव बांधला येताना नागपुरातच लोक मला म्हणाले होते, ''साहेब, तुम्हाला प्राणी बघायचे, तर नागझिरा उत्तम! नवेगावला जनावरं फार आत आहेत, दृष्टीला पडत नाहीत. नुसत्या पाऊलखुणांवर समाधान मानावं लागेल.'' गोष्ट खोटी नव्हती. मला आतापर्यंत तरी सगळी पावलंच दिसली होती.

आता पश्चिम दिशा नाना रंगांनी न्हाऊन गेली होती. सूर्याचा केशरी तांबडा गोळा पाण्यात बुडायला अगदी थोडा अवकाश होता. निळा डोंगर जांभळा झाला. सूर्याचा गोल पाण्यावर टेकला. तापल्या लोहरसाच्या पट्टीसारखं त्याचं प्रतिबिंब पाण्यात सरसरून आम्ही उभे होतो, त्या काठाकडे येऊ लागलं आणि बघता बघता सारे रंग मावळून आल्हाददायक संधिप्रकाश तेवढा उरला. आभाळाचं प्रतिबिंब वागवणारं पाणी आयन्यासारखं चमकू लागलं. तनमोराचे टाहो आणि रातव्यांचं चक् चक् चकर्र चक् रे ओरडणं सुरू झालं.

झाडाचं खोड पोखरून तयार केलेल्या डोमा धीवराच्या चिंचोळ्या डोंगीतून मी दूरवर पाण्यात गेलो. पार पलीकडे लहानसं बेट होतं. शिकारी कुत्रे मागे लागले, म्हणजे हे एवढं अंतर तोडून सांबरं त्या बेटावर आश्रयाला जातात, असं डोमा म्हणाला.

मी म्हणालो, ''मला त्या बेटावर घेऊन चल डोमा.''

''दादा, दिसतंय तेवढं बेट जवळ नाही. आपल्यापाशी दिवाबत्ती नाही. मधी पाणी खोल आहे. वारा सुटला, तर आपली डोंगी उपडी होईल.''

यावर मी नाराजीनं म्हणालो, ''बरं, फिरू या माघारी.''

खरंतर त्या निर्जन बेटावर जावं आणि शेकोटी पेटवून रात्र काढावी आणि

दिवसाउजेडी तिथं झाडंझुडं कोणती आहेत, पक्षी कोणते आहेत, हुदाळ्याची घरं तिथं आहेत का, हे सगळं बघावं, अशी माझी फार इच्छा होती.

काठावर परत येईपर्यंत अंधार दाटून आला. हुदाळे बघण्याचं वेड माझ्या डोक्यातून गेलं नव्हतं.

फॉरेस्ट गार्ड म्हणाला, "साहेब, त्या फलाण्या-फलाण्याला जागा माहीत आहेत. रात्री त्याला घेऊन बंगल्यावर येतो. तो आपल्याला बीळ उकरून दाखवील."
मी म्हणालो, "ठीक आहे. त्याला घेऊन ये."

रात्री दहा-साडेदहाच्या पुढे फॉरेस्ट गार्ड आला. म्हणाला, "चला."

चला, तर चला.

हातात कंदील घेऊन फॉरेस्ट गार्ड पुढे आणि मी आणि चितमपल्ली मागे, असे गावाबाहेर पडलो. सरन्यावर दुसऱ्या वाटेनं आलो. पाण्याच्या काठाकाठानं उंच बांध होता. डावीकडं खोल भात-खाचरं आणि उजवीकडे पाण्याकाठी झाडं, गवत, एकाला एक लागून झुडपं. त्यापलीकडचं पाणी दिसतही नव्हतं. बरीच पायपीट झाल्यावर गार्ड म्हणाला, "या हितंच जागा आहे त्याची."

आम्ही सावकाश, आवाज न करता चालू लागलो आणि काठावर बसलेल्या कोणी धपकन पाण्यात उडी घेतल्याचा आवाज झाला.

तिघेही थांबलो. सावट घेतला. झुडपातून पलीकडचं काही दिसत नव्हतं.

चितमपल्ली म्हणाले, "हे ओटरच. काठावर होतं. ते आपली चाहूल लागताच पाण्यात पडलं."

आणखी पुढं जाऊन थांबलो. तो फलाणाफलाणा परस्पर येणार होता. त्याची बराच वेळ वाट बघावी लागली. माझ्या दोन सिगारेटी ओढून झाल्या.

अखेर वैतागलेला गार्ड पुन्हा परत आला.

फलाण्याच्या नावानं त्यानं घातलेल्या हाका स्पष्ट ऐकू आल्या.

अखेर दोघंही आले. फॉरेस्ट गार्डनं त्याला खूप ताणला असावा. बिथरलेला फलाणा आम्हा अनोळखी लोकांना बघून फार बुजला. हे कोणीतरी मोठे फॉरेस्ट साहेब असावेत, आजकाल नाना कायदेकानू झालेत, आपण हुदाळ्या उकरून काढला आणि "तू या प्राण्यांना कायम उकरून काढून मारत असशील" असं म्हणून यांनी आपल्याला धरून डांबलं, दंड केला, तर नसती बैदा होणार, असा विचार करून की काय कोण जाणे, तो भरवशाचा साक्षीदार उलटतो, तसा एकदम उलटला. गार्डाला म्हणाला, "मला जागाबिगा काई ठाऊक न्हाई. असल्या अंधाऱ्या रात्री तू साहेब लोकांस्नी का म्हणून या भयाण जागंत आणलंस? हे काय टाईम आहे का?"

"अरे, त्यांना हुदाळ्या बगायचा आहे. तू नव्हतीस का एकदा बीळ उकरून पिलं काढलीस?"

"मी? कधी?"

"भले! तू म्हणालास की, मी काढली होती. कबूल केलं होतंस, आताही काढून दाखवीन. आता खोटं बोलतोस. काय मानूस हायेस!"

"मी म्हणालोच न्हाई. आन् एखाद्या साली कधी बीळ घावलं असलं, तरी ते सदोदित घावतं काय? रानची जनावरं ती, बांधून घातल्यासारखी जागी कशी घावतील?"

आम्ही थक्क झालो.

सगळ्यांनी मिळून आर्जवं केली. गार्डानं आरत्या केल्या, पण फलाणा कबूल होईना. आम्ही निराश होऊन परत फिरलो. बंगल्यावर येऊन मच्छरदाणीत शिरलो.

ही सगळी आदल्या दिवशीची हकिकत झाली. आता या भल्या पहाटे मला विलक्षण प्रसन्न वाटत होतं. सरन्यावरून आलेला गार, आम्रमंजिऱ्यांचा गंध असलेला वारा पिऊन मी परत बिछान्यावर पडलो.

राहायला सिमेटाचं घर, अंगावर धुतलेले कपडे आणि रोजच्या जेवणात मांस, लोणी, पोळी आपल्याला लागतं. या वस्तू मिळाव्यात, म्हणून आपण रोज आठ-आठ तास खाली मान घालून लिखापढी करत राहतो. डोमासारखं साधंसुधं जिणं पत्करून आपण निसर्गाचं लेकरू होऊन का बरं राहू नये?

अबोल, निरामय अशा या धीवराबद्दल माझ्या मनात जिव्हाळा दाटून आला. कधी मासे धरून ते दूरच्या आठवडा बाजारात विकावे, मोलमजुरी करावी, एवढंसं भात-खाचर पिकवावं, सर्पणाच्या मोळ्या डोक्यावरून वागवीत मैलागणती पायपीट करावी आणि त्या विकाव्यात, असं काहीबाही करून हा डोमा गुजराण करीत होता, पण तो सुखी होता. आनंदी होता. हे सगळं त्याच्या शरीराकडं, डोळ्यांकडं बघितल्यावर कळत होतं. त्याच्या निर्मळ हसण्यातून जाणवत होतं.

कालिदास, ज्ञानेश्वर, तुकाराम यांच्यासारखे महामानव या भूमीवर झाले, म्हणून मला जसं कृतज्ञ वाटतं, तसं डोमासारखी साधीसुधी माणसंही या भूमीवर जन्माला आली, म्हणूनही वाटतं.

'पोलादाचा चिरला साग' अशा शरीराचा तो बळकट डोमा धीवर डोंगी वल्हवतो आहे आणि मी पाणी कापीत सरन्यावरून हिंडतो आहे, असंच सारखं वाटत राहिलं. अगदी झोप लागेपर्यंत मी डोंगीतच होतो.

भल्या सकाळी डोमा सरन्यावरून आला. येताना त्यानं मला दाखवण्यासाठी

हुदाळ्यानं गळ्यापर्यंत खाल्लेला वारंगा मासा आणला होता. समोर उभा करून मी माझ्या वहीत भराभरा डोमाचं रेखाचित्र काढून घेतलं. फोटोसाठी निश्चल उभं राहावं, तसा डोमा उभा होता. हे लहानसं गाव, आजूबाजूचं जंगल, पाणी, गावातले लोक आणि पाण्यातले हुदाळे हे सगळंच किती मनोहारी होतं! इथं मनमुराद राहावं, चित्रं काढावीत आणि या सगळ्यावर एक सुरेख पुस्तक लिहावं, असं मला फार वाटलं; पण एवढ्यात लक्षात आलं की, सकाळचे दहा वाजले होते; आणि घाईगर्दीनं आम्ही परत फिरलो. माझी रजा संपत आली होती. अजून मला नागझिरा अभयारण्य बघायचं होतं, नागपूरला पोहोचायचं होतं आणि नोकरीच्या जागी पुण्याला वेळेवर हजर राहायचं होतं. लवकरच पुन्हा पालांदूरला येईन, असं वरचेवर डोमाला सांगून मी परत फिरलो.

वाटेवर असताना मारुतरावांच्या आणि माझ्या अनेक विषयांवर गप्पा झाल्या. पक्ष्यांवर, प्राण्यांवर आणि पुस्तकांवर. मी म्हणालो, "उपविभागीय वन अधिकारी म्हणून तुम्हाला चाकरी मिळाली, ही केवढी उत्तम गोष्ट आहे! मला तुमचा हेवा वाटतो."

ते म्हणाले, "हो, तुम्ही फॉरेस्ट डिपार्टमेंटमध्ये हवे होता."

खरी गोष्ट होती. पण प्राणी, पक्षी पाहणं आणि त्यावर लिहिणं एवढंच मी करत राहिलो असतो. सागवानी बल्ल्यांचा लिलाव करणं आणि बांबूंच्या तोडीवर देखरेख करणं ही गोष्ट माझ्या अकलेबाहेरची होती. वनाधिकारी म्हणून मी लायक सरकारी नोकर मुळीच ठरलो नसतो.

मग आमच्या गोष्टी सारंगागारावर झाल्या. कोण्या जैन ग्रंथकाराचं हस्तलिखित 'मृगपक्षिशास्त्र' मारुतरावांना गवसलं होतं. हा ग्रंथ मराठीत करावा, म्हणून त्यांनी

संस्कृत भाषा शिकून घेतली होती आणि ग्रंथाचं भाषांतर इत्यादी त्यांच्यापाशी तयार होतं. मृगपक्षिशास्त्रकर्त्यानं हॅरॉनरीला सारंगागार शब्द योजलेला होता. ही सारंगागारं गावातील चिंचेच्या झाडावरच का असतात, याचं कारण देताना त्यानं म्हटलेलं होतं की, जंगलातील प्राण्यांचे भयाकारी आवाज ऐकून या पक्ष्यांची पोरं भीतीनं घरट्यातून खाली पडतात. म्हणून जलाशयाजवळच्या गावातील एखाद्या चिंचेसारख्या झाडावर पावसाळ्याचे चार महिने घरटी करणं, अंडी घालणं, पोरांना उडायला शिकवणं, चारा घालणं ही पाखरं पसंत करतात. ढोक, करकोचे, बगळे असल्या पाणपक्ष्यांच्या या वसाहती पाहणं ही गोष्ट अतिशय आनंदाची आहे. चार महिने धामधूम चालते आणि त्यात निसर्गाचं केवढंतरी नाट्य दृष्टीला पडतं. वसाहतीला सुरुवात होण्याआधी झाडाशेजारच्या एखाद्या मोकळ्या जागी पाणपक्ष्यांचा मेळावा हळूहळू जमू लागतो. एक, दोन करता करता अनेक पक्षी जमा होतात. खांदे काढून स्वस्थ उभे राहतात. मेळावा असला, तरी प्रत्येक जण एकाकी असल्यासारखा, दुसऱ्याची दखल न घेता बसून असतो. दंगाधोपा, आरडाओरडा काही होत नाही. हे सारे नर असतात. बराच मेळा जमला, म्हणजे झाडावर घरट्यासाठी जागा धरल्या जातात. तात्पुरतं काटक्या-कुटक्यांचं घरटं घालून सगळे नर मादीची वाट बघत बसून राहतात. एखादी मादी आली की, पंख फडफडवून, अंग फुलवून तिला आपल्याकडे आकर्षित करण्याचा उत्सव सुरू होतो. असं करता करता पसंतीनुरूप जोड्या जमतात. मग घरटं नीट बांधण्याचा खटाटोप सुरू होतो. मादी जाग्यावरच राहते, नर दूर उडून जाऊन चोचीतून एक-एक काटकी घेऊन येतो. मादी ती तपासून बरी असली, तर स्वीकारते. नसली, तर नापसंत करून खाली टाकून देते. नर पुन्हा बांधकामासाठी योग्य अशा साहित्याच्या शोधासाठी जातो. मग मीलन, अंडी आणि पोरं. पोरांना रोज भरवणं. इतके आईबाप झाडावर असतात, प्रत्येक जण उडून जाऊन चारा घेऊन

हुदाळ्यानं खाल्लेला वारंगा मासा

येतो, पण आभाळाकडे डोळे लावून बसलेल्या पोरांना आपले आईबाप नेमके कळतात. दूरवर ते दिसले की, यांचा भूकओरडा सुरू होतो. कधी वांब माशासारखा लांबडा मासा घेऊन बाप घरट्यात उतरतो. हा एकच मासा दोन पोरं दोन्ही टोकांकडून गिळू लागतात. अर्धा याच्या पोटात, अर्धा त्याच्या पोटात. चोचीला चोची भिडतात. मग जे दणकट पोर असतं, ते दुसऱ्याच्या घशातून घास ओढून

काढतं आणि एकटं मटकावून टाकतं. बाकीची पोरं रडत, ओरडत राहतात.

पोरं मोठी होतात. धीटपणानं घरटं सोडून फांदीवर येऊन बसतात. पंख हलवण्याचा, या फांदीवरून त्या फांदीवर जाण्याचा व्यायाम सुरू होतो. आईबाप प्रोत्साहन देतात, शिकवतात, पोरं मोठी होतात.

पावसाळ्याच्या अखेरीला सगळं झाड मोकळं होतं. पाखरं उडून जातात. रिकामी घरटी तेवढी राहतात. एखादं नांदतं गाव ओसाड पडावं, तसं होतं. नवेगाव बांधच्या परिसरात अशी काही सारंगागारं आहेत. माधवराव पाटलांच्या पवनी गावी, एका मोठ्या चिंचेच्या झाडावर प्रत्येक वर्षी हा नवनिर्माणाचा सोहळा दिसतो, हे समजल्यावर मी हरखून बोललो, ''मला हे सगळं बघायचं आहे. या पावसाळ्यात मी नक्कीच येतो.''

चितमपल्ली म्हणाले, ''जरूर या, तुम्हाला आम्ही सगळी मदत करू. या आणि छान पुस्तक लिहा. मराठीत कोणी या विषयावर लिहीत नाही.''

''येतोच. इथं राहून मी एक का, चार पुस्तकं लिहीन!''

मी परत पुण्याला आलो. मार्च-एप्रिल-मे गेला, जूनही गेला, जुलै संपत आला. प्रपंचाच्या या लिगाडातून अजून माझा पाय निघालेला नाही. ∎

'महाराष्ट्र टाइम्स' : दिवाळी वार्षिक : १९७६

भरतपूर

भल्या सकाळी दिल्लीहून निघालो. अजून सूर्य उगवला नव्हता. दिल्ली ते भरतपूर सारा तीन तासांचा प्रवास. दोनशे चाळीस किलोमीटर्स रस्ता पार करायचा होता.

रस्ता सुरेख होता. सुखद अशी जानेवारी महिन्यातली सकाळ होती आणि रस्त्याच्या दोन्ही बाजूंना मोहरीची पिवळीरंजन शेतं होती.

रस्त्यावर, रस्त्याकाठच्या शेतातून, रस्त्यावर आढळलेल्या गावातूनसुद्धा पाखरं दिसली. कधी पाण्याच्या डबक्याभोवती ढांगा टाकणारे ढोक, करकोचे, कधी शेतात बावरून उभे असलेले सारस. कधी तारेवर बसलेला चाष, कधी बाभळीच्या खनपटावर बसलेला श्राईक.

मध्येच एक खेडं लागलं. अजून गाव पुरं जागं झालेलं नव्हतं. घराच्या माळवदावर मोर दिसले. सोगेवाले दोन मोर आरामात बसले होते; आपल्याकडं माळव्यावर कावळे बसलेले दिसतात तसे!

कावळेही बापडे आता आपल्या खेड्यात फारसे दिसत नाहीत. त्यांचं काय झालं, कुणाला ठाऊक!

ही गोष्ट मला विशेष लागली. अगदी अलीकडं आई गेली, म्हणून मी आमच्या गावी गेलो होतो. उदास वातावरणात सगळे विधी चालले होते. सकाळची वेळ होती, तरी ओढ्यावर चपाचपा ऊन्ह लागत होतं. पिंड ठेवले होते, पण कावळ्याचा आवाजसुद्धा आजूबाजूला होत नव्हता.

वाट बघ बघ बघितली. अखेर देवानं धाडल्यासारखी कुणाचीतरी गाय हिंडत-फिरत आली आणि तिनं पिंडाला तोंड लावलं.

कावळा अखेरपर्यंत दिसलाच नाही.

कुठं गेले सगळे कावळे?

परिचित असा तो होल्याचा हुंकारही ऐकू आला नाही. मी होतो, तोवर चार-सहा दिवसांत आभाळात घारीसुद्धा दिसल्या नाहीत. खेड्याचं रूपही आता अशा तऱ्हेनं पालटून गेलं आहे.

भरतपूरच्या वाटेवर जागोजाग पक्षी दिसत होते.

आमच्या गाडीत जर्मन पाहुणा होता. तो तर म्हणाला, ''इथूनच भरतपूर दिसायला लागलंय.'' वारीच्या दिवसांत पंढरीला निघाल्यावर जागोजाग दिंड्या दिसतात, तुरळक-तुरळक वारकरी दिसतात आणि अखेर 'धन्य ही पंढरी, सुखाची माउली' अशी विठूरायाची नगरी जेव्हा जवळ येऊ लागते, तेव्हा टाळ-मृदंगांचा गजर कानांना जाणवू लागतो. दुरूनच शिखरं दिसतात. भरतपूरच्या पक्षी-अभयारण्यात शिरलो आणि आधी कॉर कॉर असा केवढा गजर कानी आला. प्रत्यक्ष जंगलात गेलो, तर चंद्रभागेचं वाळवंट फुलून यावं, तसं सारं रान पाखरांनी भरून गेलं होतं. सतत आवाज होत होते. पाणथळीत उभ्या अशा शेकडो बाभळीच्या झाडांवर घरटीच घरटी दिसत होती आणि माना उंचावून आवाज करणारे, ढांगोळ्या पायांवर तोल सांभाळणारे, पंख हलवणारे पक्षी दिसत होते. एकाच झाडावर किती जाती-जमाती राहत होत्या! त्यात रंगीत करकोचे होते, उघड्या चोचीचे करकोचे होते, गायबगळे होते, पाणकावळे होते, सापासारखी तल्लख मान असलेले पाणडुबे होते, काळ्या पाठीचे बगळे होते. आपली पायरी ओळखून प्रत्येकानं आपापलं घरटं घातलेलं होतं. काही घरट्यांत एवढी एवढी पोरं होती आणि पोरांना सांभाळीत आईबाप तोल सावरत घरट्यात उतरत होते. आभाळात उडत होते. शेजाऱ्यावर ओरडत होते. पोरांची माया बघत होते. त्यांना भरवत होते. पोरं धडपडत होती. चोची वासत होती. ओरडत होती. कुणी माद्या आपली उशिरा घातलेली अंडी उबवीत होत्या. जननाचं, भरण-पोषणाचं केवढंतरी विराट पर्व घडत होतं.

बारा चौरस मैलांचं, बशीच्या आकाराचं हे कुरण आहे. पावसाळ्यात धोधो

पाऊस झाला की, बशी भरावी, तसं इथं पाणी भरतं. बाभळी, बोरीच्या झाडझाडोऱ्यांनी असलेलं हे रान पावसाळा संपताच हळूहळू कोरडं होऊ लागतं. सगळीकडं हिरवंगार गवत तरारतं. कुरण माजतं. तळी, डबकी, उथळ पाणथळ जागा, दलदल जागोजाग होते आणि जवळजवळ एक लक्षापेक्षा जास्त एवढ्या प्रचंड संख्येनं बदकं, टील्स, गीज इथं दाही दिशांनी येऊन उतरतात, चरतात. थंडीचा काळ इथं निर्भयतेने घालवतात. त्यांच्या गाण्यांनी सगळं वातावरण भरून जातं. सारस पक्षी पाणथळीत घरटी करतात, अंडी घालतात, पोरं वाढवतात, उडून जातात आणि पुन्हा मार्च-एप्रिलमध्ये त्यांचे थवे इथंच जमा होतात. प्रियराधनेचं त्यांचं नृत्य आणि आर्त आरोळ्या सुरू होतात. पक्षी-निरीक्षकांचं हे नंदनवन, असं सारखं गाजत, हलत राहतं!

कुणातरी अधिकारी माणसाचं बोट धरून गेल्याशिवाय अशा ठिकाणी जाणं फलदायी ठरत नाही. माझ्याबरोबर खासदार जयंतराव टिळक होते.

किंबहुना, जयंतरावांच्या बरोबर मी गेलो होतो. मला भरपूर पाहायचं होतं, म्हणून वेळ काढून त्यांनी हा प्रवास आखला होता, योजला होता. सौ. इंदुताई टिळकही होत्या.

गेल्या गेल्या आम्ही तिथल्या सुरेख रेस्ट हाउसमध्ये चहा उरकला आणि मग भटकायला बाहेर पडलो. जयंतरावांपाशी छोटा मूव्ही कॅमेरा होता. सैबेरियाहून आलेले करकोचे, चीनहून आलेली काळी पाणपाखरं यांची फिल्म त्यांना घ्यायची होती. गळ्यात दुर्बीण आणि हातात रेखाटनाची वही घेऊन बाहेर पडलो. कूटस्, बदकं, गीज, करकोचे यांची भराभर रेखाटनं आपल्या वहीत करून घ्यावीत, असा माझा इरादा होता; पण कुणाही माणसाला स्वत:च्या मर्यादा कळाव्यात, असंच हे ठिकाण आहे. मलाही त्या कळल्या. जमेल तेवढ्या रेघोट्या ओढल्या आणि पाहत एकत्र हिंडलो. इथं-तिथं भिंगांप्रमाणं पाणी चकाकत होतं. नाना जातींची कमळं पाण्यातून बाहेर येऊन फुलली होती. कुठं पिवळी, कुठं पांढरी, कुठं गुलाबी, कुठं निळी आणि अशा या पाण्यातून पाखरं संथपणानं पोहत होती. काळी पाणबदकं, जांभळ्या पाणकोंबड्या, एवढी एवढी लहान बदकं, लांब पायांच्या पाणकोंबड्या पाण्यावरनंच चालताहेत असं दिसे. पाण्याखाली असलेल्या वेली त्यांनी आधारासाठी घेतल्या आहेत, हे काही ध्यानात येत नसे. इथले व्यवस्थापक अधिकारी होते, ते नेहमीप्रमाणे कोणातरी वरिष्ठ पाहुण्यांच्या सरबराईत गुंतले होते. कोण, तर पक्षितज्ज्ञ कैलाश साखला येणार होते. त्यांना स्टेशनवरून आणण्यासाठी ते जाणार होते. अगत्यानं त्यांनी आमची सारी व्यवस्था लावून दिली. बरोबर एक हुशार गाइड दिला आणि ते घाईगडबडीनं निघून गेले. सुदैवानं हा गाइड म्हणजे सलीम अलींच्या बरोबर

लहानपणापासून काम केलेला उत्साही तरुण होता. तो पटापट पक्ष्यांची नावं सांगत होता. दाखवत होता. भरतपूर पक्षी-अभयारण्यातल्या उभारणीत डॉ. सलीम अलींचा फार मोठा वाटा आहे. अनेकदा ते इथंच मुक्काम टाकून असत. मला ए.पी.गींच्या पुस्तकात त्यांनी लिहिलेला अनुभव आठवला. रेंज ऑफिसरनं त्यांना सोबत करायला

म्हणून जो नावाडी दिला होता, त्याला वल्हं कसं हातात धरावं, हे माहीत नव्हतं. शिवाय बैलगाडीतून पडल्यामुळे त्याचा गुडघा दुखावला होता. गींनी आपल्याबरोबरही एक आसामी माणूस आणला होता. बोटीतून परतताना आसामी नावाडी आणि हा माणूस यांच्यात हिंदी भाषेतून झालेला एक संवाद त्यांनी दिला आहे.

"माझा गुडघा फार दुखतोय!"

"मग डॉक्टरसाहेबांना औषध द्यायला सांगा की!"

त्यावर गीं नी विचारलं, "कोण डॉक्टरसाहेब?"

आसामी म्हणाला, "सलीम अल्लीसाहेब."

गी म्हणाले, "ते पक्ष्यांचे डॉक्टर आहेत. माणसांचे नव्हेत."

मग गींनीच त्या माणसाच्या गुडघ्यावर उपचार केले आणि त्याला बरं वाटलं. गी लिहितात : त्याचं हे बरं वाटणं अर्धं मानसिक आणि अर्धं शारीरिक असावं.

पाण्याच्या काठाकाठावर आम्ही भटकलो. जयंतरावांनी फिल्म घेतली. मी रेखाटनं केली. दुपारी जेवण, विश्रांती घेऊन आम्ही गाडी घेऊन पुन्हा बाहेर पडलो.

भरतपूरचं अभयारण्य नुसतं पक्ष्यांचंच नाही, तिथं प्राणीही आहेत. चितळं आहेत, नील आहेत, कृष्णसारमृग आहेत, वराह आहेत.

जानेवारी महिना होता. संक्रांत नुकतीच झाली होती. भरतपूरच्या कुरणातली शेकडो बोरांची झुडपं फळांनी लहडली होती आणि थंडगार हवेत पिकल्या बोरांचा सुवास भरून राहिला होता.

आम्हाला चितळांचे कळप दोनदा दिसले. नील तीन वेळा आढळले. चितळांना बोरं, जांभळं, आवळे फार आवडतात, असं म्हणून आम्हीही पिकली बोरं दिसताच जागोजाग उतरून बोरं खाल्ली आणि दात आंबवून घेतले.

गाइड म्हणाला, "तुम्हाला साहेब अजगर दाखवतो. चला!"

गेलो.

रस्ता सोडून पन्नास-साठ यार्ड आत गेल्यावर अनेक मागची दारं-पुढची दारं असलेल्या सायाळीच्या बिळावर पसरलेला अजगर दिसला. भला ऐदानच्या ऐदान! लांबीनं सात-आठ फूट होता. आम्हाला बघताच तो सुळकन बिळात शिरू लागला, तर गाईडनं शेपूट धरून त्याला थांबवला. थोडा बिळात, बाकी बाहेर असा हा अजगर आम्ही पाहिला. मग त्याला जाऊ दिला. इथं मुबलक पाणी होतं. मुबलक पक्षी होते. चितळांची पोरं होती. अजगरांनी वस्ती करावी आणि वाढावं, अशीच ही जागा होती. थोड्या पलीकडे, असाच आणखी एक अजगर दिसला.

मी गाइडला विचारलं, "किती अजगर आहेत इथं?"

तर म्हणाला, ''चाळीस-पन्नास तरी आहेत!''

संध्याकाळ होईपर्यंत आम्ही जंगलातनं भटकलो.

पाण्याच्या काठी एक भलामोठा बोर्ड दिसला. भरतपूरच्या राजेसाहेबांनी उभारलेला. यावर शिकारीसाठी कोण साहेब कधी आले आणि त्यांनी किती बदकं मारली, याची नोंद होती :

एकोणीसशे चौदा साली डिसेंबर महिन्यात लॉर्ड हार्डिंग याच्या शिकारी पार्टीतल्या एकोणपन्नास बंदूकधाऱ्यांकडून चार हजार बासष्ट पाखरं मारली गेली होती. लॉर्ड चेम्सफोर्डच्या पन्नास बंदुकांनी चार हजार दोनशे सहा पाखरं एकोणीसशे सोळा सालच्या डिसेंबरमध्ये मारली होती आणि एकोणीसशे अडतीस सालच्या नोव्हेंबर महिन्यात लॉर्ड लिनलिथगो साहेबांच्या पार्टीनं चार हजार त्र्याहत्तर पाखरं

मारली होती!

दिवस मावळता मावळता आम्ही परत फिरलो. दिल्लीची वाट धरली.

हिवाळ्यात भरतपूरला वेगवेगळ्या पंधरा जातींच्या परदेशी बदकांचे थवे हजारोंनी येतात. दोन जातींची गूज पाखरं येतात. पेलिकन आणि सैबेरियातले करकोचे येतात.

देशी पाखरं इथं घरटी करतात आणि पोरं वाढवतात.

भरतपूरएवढे उत्तम पक्षी अभयारण्यात इतर जगात कुठं नाहीत. ज्यांना पक्षी पाहायचे आहेत, त्यांनी एक वेळ भरतपूर पाहावं.

ज्यांना पक्ष्यांचा अभ्यास करायचा आहे, त्यांनी भरतपूरला जावं आणि जन्म घालवावा.

■

'केसरी' : दिवाळी पुरवणी : १९७९

राजस्थानचं वाळवंट

रोज घड्याळात सकाळचे सहा वाजतात. आसपास आपण जागे होतोच. मग वाघ मागं लागल्यासारखं घाईघाईनं नित्यकर्म आटोपतो आणि धुतलेले कपडे घालून कुणाचीतरी ताबेदारी करायला जातो. तिथं अधिकाराची गरम इस्त्री आपल्यावर जोरजोरानं फिरते आणि आपल्या सगळ्या वृत्ती सपाट, कडंग होऊन जातात.

संध्याकाळचे सहा वाजतात. आपण मरगळून घरी येतो, जेवतो आणि झोपतो. आयुष्यातला एक दिवस असा, पहिल्या पावसानंतर जमिनीतून भुळुभुळु वर उडणाऱ्या किड्यांच्या पंखासारखा गळून पडतो.

दिवसामागून दिवस हे असंच चालू राहतं आणि अकस्मात एकदा जाणीव होते, अरे, हे काय चाललं आहे? बुद्धिपुरस्सर असे चार दिवस तरी कधी आपण घालवणार आहोत की नाही? चरितार्थ चालवणं आणि कुटुंब पोसणं यापलीकडं काही नाहीच का?

'आयुष्य वेचुनी कुटुंब पोशीले, काय हित केले, सांग बापा?' हा प्रश्न तुकारामबाबांनी विचारला, त्याला कितीशे वर्षं लोटली? अशी स्वत:लाच निंदण्याची वेळ आली की, मी पाठीवर पडशी टाकून पहिल्यांदा चार भिंतींबाहेर पडतो.

या गेल्या फेब्रुवारीत असंच झालं. मी बाहेर पडलो. कुठं बरं जावं? ही वाट की ती वाट, असा संभ्रम जेव्हा पडतो, तेव्हा निवडीचं काम आपण निसर्गावर सोपवावं. निसर्गात अतिशय तरल असा एक लोहचुंबकीय आकर्षणभाव असतो. आपण जर अजाणता त्याच्या कलानं चाललो, तर तो आपल्याला योग्य ठिकाणी घेऊन जातो. ज्या वाटेनं जाण्याचा आंतरिक ध्यास आपण घेतलेला असतो, तीच बहुधा ही वाट असते. मी बाहेर पडलो. थेट राजस्थानच्या वाळवंटात गेलो.

मध्यभारतातल्या कान्हा अरण्यात जाऊन हत्तीवरून हिंडलो आणि वाघ पाहिला. खजुराहोला जाऊन तिथली शिल्पं पाहिली. ओरिसात गेलो. कोणार्कचं भव्य सूर्यमंदिर पाहून थक्क झालो. आंध्रमधल्या पेलिकन पक्ष्यांच्या वसाहतीला जाऊ म्हणत कुठल्या कुठं गेलो आणि पक्ष्यांऐवजी माणसं बघून माघारी आलो. नागार्जुनकोंडाला जाऊन ख्रिस्तपूर्व दुसऱ्या-तिसऱ्या शतकातली इक्ष्वाकू राजाची ती प्राचीन भूमी मी पाहिली. अमरावतीच्या भग्न स्तूपाचे अवशेष पाहिले. महिनाभर मनमुराद भटकून मी जेव्हा परत आलो, तेव्हा वाटलं, समर्थांनी सांगूनच ठेवलं आहे, ब्राह्मण हिंडता बरा! समर्थांचा ब्राह्मणू म्हणजे मठाधिपती असला, तर तेवढा बदल आपण केला आणि म्हटलं, लेखकू हिंडता बरा!

सगळी शहरं आता सारख्या तोंडवळ्याची झाली आहेत, तेव्हा आपण खेडीपाडी जास्ती पाहावीत, असं मी ठरवलं होतं. मारवाड स्टेशनवर उतरलो आणि स्टेशनपासून बराच दूर मोटारअड्डा होता, तिथं जाऊन थांबलो. हा मोटारअड्डा, गबाळी सांभाळत बसलेले उतारू, पलीकडचं पालातलं हॉटेल हे सगळं दृश्य मला पार भूतकाळात घेऊन गेलं.

लवकरच मोटार आली. काठोकाठ भरली होतीच; पण आम्हाला न्यायला औवाचे मराठी शिक्षक आले होते, त्यामुळे जागा मिळाली.

मी खिडकीतून दिसणारा निसर्ग बघू लागलो. परप्रांतात आपली भाषा बोलणारा भेटला, म्हणजे आनंद होतो, तसा आपली झाडंझुडं पाहिल्यावरही होतो. इथं बिनपानाची नेपती जागोजाग दिसली. बघता बघता एक गोष्ट लक्षात आली की, खासगी मालकीची लहान रानं सोडली, तर बाकी रानातल्या झाडांचा हिरवा विस्तार कुऱ्हाडीनं छाटलेला आहे. आपल्याकडेही बाभळीचे डहाळे छाटून शेळ्यामेंढ्यांना घालतात. क्वचित दुष्काळ आला, तर नांदुरका, पिंपळ, चिंच, जांभूळ असली झाडंही गुरांना जगविण्यासाठी छाटली जातात. पण इथं तर दुष्काळ दिसत नव्हता. मग ही छाटाछाट कोणत्या बरं निमित्तानं झाली असेल?

दिवस कलला आणि औवा गाव आलं. इथं स्टँड वगैरे काही नव्हताच. लोक म्हणाले, "तुम्ही उतरणार, तिथंच गाडी थांबेल."

अरुंद, धूळभरले रस्ते, सांडपाण्याचे ओघळ, दोन्ही बाजूंच्या घरांतून डोकावून बघणारे औवाचे रहिवासी यांच्या दाटीवाटीतून अंग चोरत चोरत मोटार धुळीत कुठंतरी थांबली आणि आम्ही उतरलो.

औवाच्या माध्यमिक शाळेत मराठी शिकवणारे शिक्षक मिश्राजी यांच्याकडे उतरलो होतो. मिश्राजी राहात होते, ती गल्ली म्हणजे एक सुरेख चित्र होतं. घरांना

व्यक्तिमत्त्व होतं. बांधकामाचा सगळा तोंडावळाच राजस्थानी होता. उत्तम नक्षीकाम केलेले लाकडी दरवाजे, महिरपी खिडक्या, लावणी वाङ्मयातले सज्जे आणि ठसठशीत दगडी भिंती. दरवाजाच्या बाबतीत तर 'घराचं प्रवेशद्वार हे शोभिवंत असावं, म्हणजे येणाऱ्यांचं सदैव स्वागतच होतं' हे कौटिल्यानं सांगितलेलं शहाणपण सर्वांनी आजतागायत ध्यानी ठेवल्याचं दिसत होतं.

मी घराच्या दरवाजात येऊन पाहिलं, तर गल्ली फारच आकर्षक दिसली. छायाप्रकाश, रेषा, चौकोन, गोल यांचा मनोहारी मेळ होता. सकाळी जागा झालो, तेव्हा बाहेरच्या एका पायरीवर बसून ही गल्ली मी वहीत रेखाटून ठेवली. मिश्राजींच्या या गल्लीत बऱ्याच घरांना कुलपं होती. चौकशी केली तेव्हा कळलं की, व्यापाराच्या निमित्तानं बरीच कुटुंबं विदर्भात होती; काही अमरावतीला, काही अकोल्याला. वाड्याच्या किल्ल्या भाऊबंदांकडे ठेवलेल्या होत्या. घराची देखभाल त्यांच्याकडून होत होती. उलट आपण असे की, एखाद्या दिवशी फ्लॅटला कुलूप लावून घाईनं बाहेर पडल्यावर अचानक शंका येते, कुलूप नीट लावलं ना? आणि तो धसका घरी येईपर्यंत टिकतो. औवासारख्या लहान गावातल्या, लहान समाजातला हा विश्वास आणि बंधुत्व बघून आपल्याला साहजिकच गहिवरून येतं.

फेब्रुवारीची पाच तारीख होती. थंडी विलक्षण होती. याचं कारण राजस्थानातलं वाळवंट आहे, असं कळलं. दिवसा ते तापून हवा उष्ण करतं आणि रात्री थंड होऊन गारठा पसरवतं.

जणूकाही सगळ्या गल्लीत आम्ही पाहुणे आहोत, असं आतिथ्य सकाळी बघितलं आणि गाव बघायला बाहेर पडलो. सोबत चार-सहा जण होते. मी मग एक-एक विचारू लागलो,

"का हो, झाडं अशी छाटलेली का?"

तर उत्तर मिळालं, "आता लवकरच पानगळ सुरू होणार. पानं पिवळी पडून गळून जाणार. त्या आधीच हिरवा डहाळा छाटून उंटांना, शेळ्यांना घातला, म्हणजे बरं नाही का? चैत्रात नवी पालवी येतेच!"

खेड्याच्या रचनेत वरवर तर काही फरक दिसला नाही. रस्त्याच्या कडेला उंचावर चांभाराचं खोपटं दिसलं. मी बलुतेदारीसंबंधी चौकशी केली, तर ती अजूनही बऱ्याच प्रमाणात ती इथं टिकून असल्याचं कळलं. ती काही इतिहासजमा झालेली नव्हती. आणखी एक गोष्ट माझ्या लक्षात आली होती. मागे केव्हा मी अबू पर्वतावर गेलो होतो. तेव्हाही पाहिलं होतं आणि आता इथंही येता येता सतत पाहात होतो, आपल्याकडं दिसतात, तशीच तांबडी मुंडाशी धनगरांच्या डोक्यावर इथंही दिसत होती. पुढं फलोदीच्या वाळवंटात पाहिलं, तेव्हाही त्या धनगरांची तांबडी मुंडाशी

बांधलेली होती. का बरं? मातकट, बरड माळावर आपला धनी दुरूनही मेंढरांना ओळखू यावा म्हणून? पण मेंढरांना रंग कळतो का? का ज्या कारणासाठी कोंबड्यांच्या डोक्यावर लालभडक तुरा असतो, त्याच कारणासाठी धनगर लाल मुंडासं वापरतो?

खाली हिरवी-पोपटी आणि माथ्यावर पिवळी-पिवळी अशी राईची सुंदर शेतं जागोजाग दिसली. अशा शेतात कधी निळा गडद घागरा आणि तांबडी भडक ओढणी, कधी पिवळा घागरा आणि गर्द हिरवी ओढणी अशा पेहरावातल्या स्त्रिया दिसत. तेव्हा राजस्थाननं रंगाच्या बाबतीतलं सगळं कौशल्य वापरून संपवलं आहे, असं वाटे. संगती आणि गडदपणा याबाबतीत त्यांनी नारंगी, पिवळा, तांबडा, निळा हे रंग किती परींनी राबवले आहेत! एवढं वैभव आणि एवढा आब जगात इतरत्र कुठं या रंगांना मिळाला नसेल. एकूणच, कलांबद्दलची चव ही या लोकांची सहजप्रवृत्ती आहे आणि तिच्यामागं कित्येक शतकांची परंपरा आहे. राजस्थानी धनगरांनी मागावर विणलेली साधी घोंगडी बघा! तिच्यावरची कलाकुसर बघून तुम्ही थक्क व्हाल.

जो जो वन्यतेकडं जावं, तो तो कलेची बूज वाढतीच दिसते.

रात्री थंडीनं हुडहुडी भरली होती आणि आता दुपारी आभाळ वरून इंगळ ओतत होतं. आम्ही सकाळी औवाच्या शाळेतल्या मुलांचं मराठी ऐकलं होतं. मराठी गाणी ऐकली होती आणि आता देऊळ बघावं, म्हणून गावाच्या कमरेभोवती विळखा घालून वाहणाऱ्या ओढ्यातली गरम वाळू तुडवत पलीकडच्या काठाकडं निघालो होतो.

नवव्या शतकाच्या मध्याला बांधलेलं कामेश्वराचं हे देऊळ पंचरथ पद्धतीचं होतं. ते नक्षीदार कलाकुसरीनं श्रीमंत होतं, पण काळाच्या महिम्यामुळे आज ते गलितगात्र, वैभवहीन दिसत होतं. याचं बांधकाम दुमजली आणि आकार पिरॅमिडसारखा होता.

देव या कल्पनेवर तुमचा विश्वास असो ना नसो; पण तुम्हाला तुमच्या पूर्वजांशी जोडणाऱ्या साखळीतली देऊळ ही एक कडी मात्र आहेच आहे! शिवाय आपल्या कितीतरी कला देवालयाच्या परिसरातच नाहीत का वाढल्या? आपली वास्तुकला आणि शिल्पकला, आपली नृत्यकला आणि गायनकला यांचं जनन आणि संवर्धन देवळाच्या गाभाऱ्यात आणि आवारातच नाही का झालं.

इसवी सनापूर्वीची देवळं गोल आकाराची आणि लाकडी बांधकाम असलेली असत. साचीजवळच्या बेसनगरला सापडलेले विष्णुमंदिराचे अवशेष सांगतात की, हे देऊळ लंबवर्तुळाकार होतं आणि त्याचं बांधकाम लाकडी होतं. या मंदिरापुढं एक

प्रसिद्ध दगडी गरुडस्तंभ आहे. तो ग्रीक राजदूत हेलिओडोरस यानं उभारला, अशी नोंद आहे. हा राजदूत स्वत:ला मोठ्या अभिमानपूर्वक 'वैष्णव' म्हणवून घेत असे.

औवाचा निरोप घेतला. जोधपूरला आलो. स्टेशनवरची रिटायरिंग रूम अपेक्षेपलीकडे उत्तम होती. एरवी या जागा म्हणजे धर्मशाळा असतात आणि तरीही त्या हव्या त्याला कधीही मिळत नाहीत. या अतिथिनिवासाची देखभाल करण्यासाठी नेमलेली माणसं बहुधा लुच्ची आणि धूर्त निघतात, पण जोधपूरच्या अतिथिनिवासाची देखभाल करणारा माणूस फारच भला होता.

शहरात भटकलो नाही. स्टेशनशेजारीच मोठा रस्ता होता. तो कुठल्याही शहरात नेऊन ठेवता आला असता. प्लॅस्टिकच्या वस्तूंनी भरलेली रंगीबेरंगी दुकानं, नायलॉनच्या कपड्याची दुकानं, रेडिओ आणि घड्याळाची दुकानं, बूट आणि जोड्यांची दुकानं आणि हॉटेलं. हे दृश्य काय नवीन असतं? नाही म्हणायला, जुन्या वस्तूंचं एक सुंदर दुकान पाहिलं, पण तिथले सगळे भाव अमेरिकन टूरिस्ट लोकांसाठी होते. आपण आपलं म्यूझियमसारखं नुसतं बघायचं. मी फक्त एक पितळी हात खरेदी करू शकलो.

पुण्यवंतांनी अल्लाच्या नावानं केलेली खैरात आपल्या मर्त्य हातात न घेता फकीर हा कलापूर्ण बनावटीचा हात पुढं करून त्यावर घेतो.

मी म्हणालो, लेखकाच्या जातीलाही हा हात सोयीचा आहे!

मला राजस्थानच्या वाळवंटाचं मोठं आकर्षण होतं. अरबी सुरस आणि चमत्कारिक गोष्टींचा खजिना इंग्रजीत आणणारा प्रवासी बर्टन म्हणतो, 'वाळवंटात तुमची नीतिमत्ता सुधारते. तुम्ही मोकळे आणि सौजन्यशील बनता, आतिथ्यशील आणि एकाग्र वृत्तीचे बनता. तिथं केवळ अस्तित्वातच तीव्र आनंदोपभोग भरलेला असतो.'

मला वाळवंटांचा अनुभव घ्यायचा होता. त्यासाठी बर्टनप्रमाणे मला उंटावरून प्रवास करणं आवश्यक होतं. पण माझ्याबरोबर विजया होती. मुंबई महानगरपालिकेच्या शिक्षणाधिकारी कुसुमताई कामत होत्या. त्यांना ही कल्पनाच निर्दय वाटली असती. आम्ही टॅक्सीनं गेलो.

जोधपूर ते फलोदी असं एकशे चाळीस किलोमीटर अंतर होतं. जीवनराम छोगारामजी हा भला आणि उत्साही टॅक्सीवाला एक रुपया किलोमीटरप्रमाणे आम्हाला घेऊन जायला मोठ्या आनंदानं तयार झाला.

सकाळी नऊला निघालो.

शहरी परिसर हळूहळू मागं पडला आणि दोन्ही बाजूंना अपरंपार वाळवंट असलेल्या जोधपूर ते बिकानेर या रस्त्यानं गाडी जाऊ लागली. हायवे असून

रस्त्यावर रहदारी नव्हती. ट्रक्स नव्हत्या. गाड्या नव्हत्या. क्वचित पत्र्याच्या हौदातून पाणी घेऊन जाणारी उंटगाडी आढळे.

आजूबाजूचं सगळं दृश्य बरड, धुळवट, करड्या-तांबड्या रंगाचं होतं. खुरटी झुडपंसुद्धा हिरवीगार दिसण्याऐवजी मळकट दिसत होती.

इथंही मला ओळखीची नेपत दिसली. थोडा फरक आढळला. तो एवढाच की, हिचे फोकारे लांबलचक होते. अशा वैराण वाळवंटात कुठला ओलावा पिऊन ही झुडपं वाढत असतील?

''जीवनराम, या झुडपांना काय नाव आहे तुमच्या भाषेत, नेपत?''

''नाही साहेब. आम्ही याला केर म्हणतो.''

वनस्पती मूळ रोवून उभ्या होत्या, तशी या वैराण भागात माणसंसुद्धा झोपड्या टाकून राहत होती. मध्येच एखादी, रस्त्यापासून दूरवर आत गोल झोपडी डोक्यावर छपराचं जंगल वाढवून गप्प बसलेली दिसे. भोवती कुंपण. माणूसकाणूस नाहीच.

जीवनराम म्हणाला, ''ही छपरं दिसतात, ती केरचीच. सावली म्हणून बरी, पण आग लागली की, कापरासारखी जळतात. काही मिनिटांतच सगळ्या झोपडीला छुट्टी!''

मी म्हणालो, ''जीवनराम, आमच्या मुलखातही ही झुडपं आहेत. यांना लालचुटूक फळं येतात. बारीक बोरांसारखी फळं धरतात. त्याचं आम्ही लोणचं घालतो. ही फळं पिकून माणकासारखी झाली की, गोड लागतात.''

''होय जी.''

डाव्या बाजूला बोराटीच्या झुडपांचं बन लागलं. जीवनरामनं गाडीचा वेग कमी केला. चिंकारा जातीच्या हरणांचा बराच मोठा कळप चरत होता. ही मंडळी बहुधा पिकून खाली गळलेली बोरं चघळत असावीत.

चिंकारा (Gazella Gazeella - Pallas) ही लहानखोरी हरणाची जात आहे. आमच्या भागात त्याला माळठिसकी म्हणतात. रंगानं पिवळट तांबडी, शेपटाच्या भोवती पांढरं गोल ठिगळ. पोटाचा, खालचा, पायांच्या आतला भाग पांढरा. नाकावर काळसर ठिपका. चेहऱ्याच्या दोन्ही बाजूंना पांढरे पट्टे आणि डोक्यावर गोल गोल रिंगा असलेली दहा ते बारा इंच उंचीची शिंगं. माद्या बोडक्याही असतात. काहींना चार-पाच इंच उंचीची शिंगं असतात. प्यायला पाणी नाही मिळालं, तरी यांचं चालतं. हिरव्या पानांतून मिळते, तेवढी ओल पुरी असते. जसजसे आम्ही पुढं आलो, तसतशी ही हरणं शेळ्यामेंढ्यांसारखी वरचेवर दिसू लागली.

''जीवनराम, ही हरणं निर्भय दिसतात. यांची शिकार नाही का होत?''

''नाही साहेब.''

हरणं दिसली, तसे जागोजाग माणूस-वस्तीला लागून सोगेवाले मोर आणि

लांडोऱ्याही दिसल्या.

"मोरांनाही मारत नाही का?"

"मोर, करकोचा, चितूर यांचं दर्शन शुभ आहे. त्यांना कोण मारील?"

एका जागी उंच वाढलेल्या रुईचं बन दिसलं. इथंही चिंकारांचा कळप चरत होता. एक मोठा नर तर शेळीसारखा दोन पायांवर उभा राहून उंच रुईच्या माथ्यावरची पांढरी फुलं खात होता.

रुईची पानं चाटून स्त्रिया उपास करतात. रुईच्या पानांची चिलीम करून जुने लोक तंबाखू ओढीत. रुईच्या पानांचा आणि फुलांचा हार करून तो हनुमानाच्या मूर्तीला वाहिला की, पुण्य मिळतं, हे सगळं मला माहीत होतं; पण चिंकारे आवडीनं रुईची फुलं खातात, हे मला मुळीच माहीत नव्हतं.

वाळवंटातलं जहाज, असे उंट आता जागोजाग भेटू लागले. काही पिवळे, काही काळे. ते चरत होते.

वाऱ्यानं वाळू उडून जमलेल्या टेकड्या दिसल्या. या प्रकारानं रस्ते गाडले जात असतील, या विषयी शंका अशी उरली नाही.

तीनधारी निवडुंगांचे फडही जागोजागी भेटले. काही ठिकाणी खडबडीत सालीचे उंच वृक्ष होते आणि त्यावर केशरी रंगाची फुलं फुललेली होती. अशा वृक्षांखाली चरताना मी काही चिंकारे पाहिले.

"जीवनराम, हे झाड कोणचं?"

"याला रोहिडा म्हणतात साहेब. या लाकडाची सुरेख खेळणी बनतात."

मी एके ठिकाणी टॅक्सी थांबवली. वाळूतून पावलं रुतवत रोहिडा वृक्षापर्यंत गेलो आणि त्याची खाली पडलेली फुलं गोळा करून आणली. जिथं पाच-पाच वर्ष पाऊस पडतच नाही आणि जिथं विहिरीचं पाणी शंभर-सव्वाशे फूट खोल असतं, अशा वाळवंटात रजपुतांचा प्रिय केशरी रंग फुलविणाऱ्या या वृक्षांची फुलं ओंजळीत घ्यावीत, अशी इच्छा मला झाली होती.

रस्त्यापासून बऱ्याच आत अशा चार-सहा ठिकाणी विहिरी दिसल्या. पाणी वाहून नेण्यासाठी तिथं उंटाच्या गाड्या, तांबड्या मुंडाश्यांची आणि पांढऱ्या कपड्यांची मूठभर माणसं या विहिरीभोवती गोळा झालेली दिसली.

अशा वाळवंटात माणसं वस्त्या घालून राहत होती, तसे देवही राहत होते. मूळची वाट जरा वाकडी करून जीवनरामनं आम्हाला ओसियन दाखवलं. कोणे एके काळी वैभवशाली असलेली ही प्राचीन नगरी आता फार एकाकी, स्तब्ध वाटत होती.

नगराच्या वेशीपाशीच आम्हाला देवळांचा समूह दिसला. आठव्या शतकापासून बाराव्या शतकापर्यंत याची बांधणी झाली होती म्हणे! पूर्वीची बारा, नंतरची सहा अशी एकूण अठरा देवळं इथं आहेत. आता सगळी पडझड झाली आहे.

सुप्रसिद्ध असं ते ओसियनचं सूर्यमंदिर इथंच आहे.

सूर्याचं मंदिर ही कल्पनाच केवढी भव्य आहे! सूर्याचं हे देऊळ उंच ओट्यावर बांधलेलं आहे. प्रवेशद्वारापाशी दोन भव्य, उंच असे, ग्रीक वास्तूत दिसतात तसे खांब आहेत. गाभाऱ्याच्या दारावर नागांच्या आकृत्या, त्यांच्या शेपट्या गरुडाच्या हाती. भिंतीवरच्या खांबांवर अप्सरा, कुठं विष्णू, बलराम, कुठं फुलांचा झेला, कुठं पुष्पपात्र, कुठं कीर्तिमुख, कुठं पानांची वेलबुट्टी. पाहता पाहता डोळे थकून आपण बाहेर येऊन उभं राहावं, तर सगळीकडे पडझडीचा खच पडलेला आणि ईश्वरी उदासीनता भरून राहिलेली.

ऐन दुपारी फलोदीला पोहोचलो. फलोदी हेसुद्धा लाकडी नक्षीकामाचं वेड लागलेलंच गाव आहे. इथल्या अरुंद गल्ल्यांतून हिंडताना काळ काही शतकं मागं सरकतो. बोळातून वळावं, तर अचानक पुढं उंटाची गाडी येऊन उभी राहते.

फलोदीची शाळा एका जुन्यापुराण्या, पण ऐतिहासिक वस्तुसंग्रहालयात मांडावी, इतक्या देखण्या वाड्यात होती. भव्य लाकडी दरवाजे, डोक्यापेक्षा वर उंच अशी जोती, ढेलजा, बैठकी, नक्षीदार जाळ्या, नक्षीदार छत असा हा भव्य वाडा.

पुण्याला मराठी शिकून गेलेले तिथले शिक्षक श्री. तंवर. त्यांनी मराठी भाषेतून राजस्थानी स्वागत केलं. विजया आणि कामतबाई शैक्षणिक कार्यात गुंतल्या. मी

वाड्यातल्या जाळ्यांवर घुमणारी कबुतरं, लाकडी छताचं नक्षीकाम बघत राहिलो.

मुख्याध्यापिका बाईंना शाळेचं भाडं विचारलं.

त्या म्हणाल्या, "साठ रुपये. हा वाडा सावकाराचा आहे. ते व्यापारानिमित्त बाहेरच असतात. ही व्यवस्था तात्पुरती आहे. आता आम्ही शाळेची नवी वस्तू बांधतोय. पुढच्या वर्षी आम्ही आमच्या वास्तूत जाऊ."

बाहेर पडल्यावर ही पुरी होत असलेली वास्तू आम्हाला दाखवली गेली आणि मला इतका वेळ ज्या विद्यार्थिनींचा हेवा वाटला होता, त्यांच्याविषयी सहानुभूती वाटली. या सिमेंटच्या कुरूप गुदामात बापड्या मुली आता हरवल्या जाणार होत्या. तंवरजींनी आम्हाला आग्रहानं जेवू घातलं. जेवणात प्रमुख पदार्थ म्हणजे दुधापासून बनवलेली उत्तम मिठाई होती.

"तंवरजी, मी मिठाई खात नाही."

"वा:! मग खाणारच काय आपण साहेब? आलेल्या पाहुण्याचं स्वागत आम्ही काय तिखट पदार्थ देऊन करू?"

संभाषणातून एक गोष्ट जाणवली. शिवाजीच्या महाराष्ट्रातले लोक म्हणून राजस्थानी माणसाला मराठी माणसाविषयी फार आदर वाटतो. मराठी माणूस फार नेक असतो. त्याच्यावर डोळे मिटून विश्वास टाकावा.

आनंद आहे!

जेसलमेर आता इथून फार थोड्या अंतरावर होतं.

"मी तुमच्याबरोबर येतो. एवढी चांगली संधी तुम्ही गमावू नका बरं!"

तंवरजी वरचेवर म्हणत होते, पण कामतबाईंना मुंबईला वेळेवर पोहोचायचं होतं. रात्रीची गाडी जोधपूरहून घ्यायची होती.

आम्ही परत फिरलो.

लवकरच उन्हं सौम्य झाली. जागोजाग काळ्या तोंडाची राजस्थानी पांढरी मेंढरं दिसू लागली. कधीकधी प्रचंड मोठी वाळूची टेकडी दिसे. तिच्यावर शेळ्यांच्या खुरांनी नक्षी उठवलेली असे. येतानाही आम्हाला पुन:पुन्हा मोर आढळत होते आणि बऱ्याच वेळा तित्तर पक्ष्यांच्या जोड्या आडव्या तिरतिरत जात होत्या. आपल्याकडे कावळे दिसावेत, इतक्या वेळा तित्तर दिसले. धनगराची एकाकी झोपडी पुन:पुन्हा दिसत होती. हे लोक इथं का राहत असतील? कसे राहत असतील? काय खात-पीत असतील?

उंटांचे कळप क्षितिजाच्या पार्श्वभूमीवर दिसत होते. कधी वाटेपलीकडे दिसत होते. कधी वाटेवर दिसत होते.

जीवनराम म्हणाला, "उन्हानं कधीकधी उंट फार पिसाळतात. चालवणाराला चावतात."

वाळवंटातला प्रवासी विल्फ्रेड थेसिगर म्हणतो की, 'वाळवंटातलं पाणी खारट लागतं, तसं उंटाचं दूधही अंमळ खारंच लागतं. उंटाच्या माद्या मवाळ असतात, पण नर कधीकधी धोका देतात. मी एका अरबाला उंटानं फोडलेला पाहिला. त्याच्या दंडाच्या हाडाचा चुरा झाला होता.'

छे! आता लवकरात लवकर जोधपूर ते जेसलमेर असा प्रवास उंटावरनं केलाच पाहिजे.

राजस्थान सोडताना चुटपुट लागली की, अनेक गोष्टी बघायच्या राहून गेल्या. पुन:पुन्हा मनात आलं, मोजका वेळ हाती ठेवून प्रवास काही खरा नाही. मोकळेपणाचा एक लांबलचक पदर माणसाच्या जीवनाला असला पाहिजे. रमणं आणि रेंगाळणं नाही, तर फिरणं म्हणजे नुसता शारीरिक व्यायाम! तो घरातल्या घरात चक्रदंड घालूनही घडतो. जोधपूरहून इंदूरला आलो. मध्ये चितोडगड स्टेशनवर डबा तासभर बाजूला पडला होता. आडव्या रुळांपलीकडे रजपुतांचं ते धारातीर्थ, तो स्तंभ दिसत होता, पण तिथं जाणं घडलं नाही.

अपरात्री म्हणजे रात्री दीड वाजता इंदूर स्टेशनवर पोहोचलो. इथं रिटायरिंग रूममध्ये जागा नव्हतीच. सामानाच्या ढिगाऱ्यापाशी विजया आणि कामतबाई थांबल्या आणि वाटाड्या म्हणून एक तरणाबांड हमाल बरोबर घेऊन मी जवळपास हॉटेल मिळतं का, हे पाहायला बाहेर पडलो. इंदूर शहर गाढ झोपेत होतं. स्टेशनसमोर आडवा रस्ता पार करून आम्ही डाव्या गल्लीतली पाच आणि पुन्हा अलीकडे येऊन उजव्या हाताच्या गल्लीतली सहा अशी एकूण अकरा हॉटेलं पाहिली. सगळं साम्राज्य नोकर-चाकरांचं होतं. प्रत्येक ठिकाणी डोळे चोळत उत्तर मिळायचं, "फुल हाय, जागा नाही."

हिंडून-फिरून बेजार झालो. कारण काय, तर गावात कसलातरी धार्मिक उत्सव चालू होता. किसीका मेला! अखेर एका अरुंद बोळातल्या चाकरानं डोळे अर्धवट उघडीत दार उघडून आम्हाला आत घेतलं. एकच मोठी खोली रिकामी होती. एकूण हॉटेलची कळा मला फार उत्साहवर्धक वाटली नाही. म्हणून म्हणालो, "खोली जरा बघायला मिळेल का?"

त्याबरोबर त्यानं किल्ल्या माझ्या हातावर ठेवल्या आणि चौथ्या मजल्यावरची सातवी खोली बघायला सांगितली. पाहिली. प्लॅटफॉर्मवर झोपण्याऐवजी इथं येणं निश्चितच सोयीचं होतं.

खाली उतरून येईपर्यंत बाकावरच्या अंथरुणावर तो भला चाकर पसरला होता. दिवा होता. याला झोप लागायच्या आत आपण चपळाई करायला पाहिजे, म्हणून मी पुन्हा धावत स्टेशनवर गेलो. दोन सायकलरिक्षा केल्या आणि हॉटेलवर आलो. सकाळी खाली गेलो. पलीकडेच बस-स्टँड होता. कोणत्याही शहरात बस-स्टँड आणि रेल्वे स्टेशन याभोवती सगळा बकालपणा गोळा झालेला असतो.

इथं पायाशी गटारं वाहत होती आणि वर गरम दूध-जिलेबी, 'शुद्ध घी मे बनायी हुई', साग-पुडी, कचोरी, चाय यांची दुकानं गजबजून गेली होती.

फोडणीचे पोहे आणि वर पेरलेली शेव हा इथला आपल्या पाव-शॅम्पलसारखा लोकप्रिय प्रकार दिसला. मला आता शुक्रवार, शनिवार आणि रविवार असे तीन दिवस कान्हा किसलीच्या जंगलात घालवायचे होते. कान्हाला कसं पोहोचायचं, याची चौकशी करण्यासाठी ऑफिस उघडण्याच्या वेळेला बस-स्टँडवरच पर्यटकांच्या सोयीसाठी जे खास माहिती-केंद्र उघडलं होतं, तिथं गेलो.

दोन मख्ख चेहऱ्याची माणसं टेबलापाशी होती. एक पलीकडं. एक समोर. दोघांचीही तोंडं पानभरली होती. यापैकी अधिकारी कोण, याचा अंदाज करून मी टेबलापलीकडच्या माणसाला कान्हाविषयी विचारलं, तेव्हा तत्परतेनं त्यानं मला कान्हा पार्कसंबंधी पर्यटन खात्यानं छापलेलं फोल्डर दिलं. ते उत्तम छापलं होतं, पण मला हवी होती, ती माहिती मात्र त्यात नव्हती. गृहस्थ प्रसन्न मुद्रेनं म्हणाले, ''जबलपूरसे व्हाया मंडला कान्हा जानेके लिये बसकी सुविधा है। आप बिलासपूर एक्स्प्रेससे जबलपूर जाईये और वहांसे कान्हा जानेवाली बस लेके साब, चले जाईये आरामसे कान्हा!''

''या बसेस जबलपूरहून कधी सुटतात, कधी कान्हाला पोहोचतात?''

अत्यंत लीन अशा पद्धतीनं साहेब म्हणाले, ''वो तो साहब, वहाँ जाके पता करना अच्छा रहेगा! क्योंकि हमारे पास जो इन्फरमेशन है, वो शायद पुरानी हो सकती है!''

फोल्डरमध्येही ही माहिती नव्हती. देशी पर्यटकांपेक्षा परदेशी पर्यटकांवर डोळा ठेवूनच फोल्डर निघालेलं होतं. त्यामुळे 'जवळचा विमानतळ, नागपूर दोनशे सत्तर किलोमीटर आहे. चार्टर्ड फ्लाइट्सही मिळू शकतात. जबलपूरहून टॅक्सी मिळतात. तिथं राहण्यासाठी बारा सूटस् असलेली चार विश्रामगृहे आहेत' वगैरे माहिती होती.

मी बिलासपूर एक्स्प्रेसने जबलपूरला जायचं ठरवलं; पण स्टेशनवर जाऊन तिकीट पाहिलं, तर कोणतंही रिझर्वेशन शिल्लक नव्हतं. पहिल्या वर्गाचं नाही. दुसऱ्या वर्गाचं नाही. विजया आणि कामतबाई पुढच्या शैक्षणिक कार्यासाठी सकाळच्या गाडीनं उज्जैनला गेल्या होत्या. मला आता दुसऱ्या दिवशी दुपारपर्यंत इंदूरला राहण्यावाचून काही गत्यंतर नव्हतं. उज्जैनला जावं, म्हणून बसची चौकशी केली,

तर दुपारनंतर संध्याकाळी पाचपर्यंत गाड्या नव्हत्या. दुसऱ्या दिवशचं रिझर्वेशन मात्र मी करून टाकलं होतं. मी सागपुडी खाऊन झोपलो. तिसऱ्या प्रहरी रिक्षा करून शहरातले बुक स्टॉल्स धुंडाळले. कान्हा पार्कसंबंधी कसलंही पुस्तक नव्हतं. मग पाय दुखेपर्यंत पायी भटकलो. पाट्या वाचून करमणूक करून घेतली. एक पाटी : 'यहाँ बाल शेट किया जाता है' अशी होती.

परभाषेतील ध्वनीचा अभाव, हा प्रत्येक भाषिकाच्या विनोदाचा विषय होतोच.

१९५५ साली दिल्लीला मी प्रथम गेलो, तेव्हा कवी अनिल भेटले होते. रस्त्यातून जाताना सप्रू हाउसकडं बोट दाखवून म्हणाले होते, "हे मुळात प्रू हाउस होतं. पंजाब्यांनी त्याचं सप्रू केलं."

दुसरा दिवस मी समोरच्या हॉटेलच्या भिंतीला लागून बसलेल्या कबुतरांची रेखाटनं करण्यात काढला. आपण म्हणतो, पण पाखरांच्या हालचाली रेषेत पकडणं फार अवघड काम आहे!

सगळं साहित्य एका पडशीत घेऊन, ती पाठीशी टाकून सहज कुठंही जाता यावं, अशी सोय मी केली होती. पाण्याची बाटली, दुर्बीण, रेखाटनांची वही, स्लीपिंग बॅग आणि कपड्याचे दोन जोड. रेल्वे टाइम टेबल हे बघायला फारच कटकटीचं असतं, म्हणून मी कधी बाळगत नाही. पैशाचं पाकीट गर्दीत चोरीला जाण्याचाही संभव असतोच. म्हणून थोडे पैसे खिशात, थोडे पैसे पडशीत, थोडे पैसे टोपीत अशी विभागणी करतो. म्हणतात ना, सगळी अंडी एका टोपलीत ठेवू नका. थोडा अगोदर इंदूरच्या फलाटावर गेलो. रेखाटनं करण्यात बरा वेळ घालवला. फलाटावर कित्येकदा खास व्यक्ती दिसतात. त्यांची रेखाटनं करणं हा आनंदाचा भाग असतो.

दुपारी दोनला बसलो, ते भल्या सकाळी जबलपूरला पोहोचलो.

स्टेशनवर 'कान्हा पार्कला या' अशा पाट्या होत्याच. 'विशेष माहितीसाठी आमच्या स्टेशनवरच्या पर्यटन कचेरीला भेट द्या' असंही म्हटलं होतं. इतक्या सकाळी कचेरीत अर्थातच कोणी नव्हतं. आता रिक्षा करून एखाद्या हॉटेलात पडशी टाकावी; अंघोळ, न्याहारी उरकावी आणि पुन्हा स्टेशनवर येऊन पर्यटन कचेरीत सविस्तर चौकशी करावी, असा विचार केला. यात एकच धोका होता. कान्हाला जाणारी बस अगदी सकाळी असली, तर ती चुकणार होती. पर्यटन कचेरीला लागूनच अतिथी-निवास होता. त्याची देखभाल करणारा लाकडी पेटीवर बसलेला होता. आवाजात नम्रता आणून मी चौकशी केली, "का हो, ही कचेरी उघडते किती वाजता?"

तर थंडपणे उत्तर आलं, ''आज सुट्टी आहे. दुसरा शनिवार म्हणून. शनिवार-रविवार सुट्टी! आता एकदम सोमवारी सकाळी दहा वाजता उघडेल.''

हताश होऊन मी सायकलरिक्षा केली आणि बस-स्टँडकडं निघालो. माणसानं चालवायच्या या रिक्षात बसणं सुरुवातीला मनाला आणि शरीराला फारच अप्रशस्त वाटतं, पण हळूहळू आपण सरावतो. पडशी पाठीला मारून चालायला माझी हरकत नसते, पण आपल्याला रस्त्याची माहिती नसते. नव्या माणसाला अतिशय उपयोगी असा शहराचा नकाशा अजून आपल्याकडे हर शहरात मिळतोच, असं नाही. बस-स्टँडवर चौकशी केली. कान्हाला जाणारी बस नऊ वाजता होती. वेळ होता. स्टँडजवळच्या एका हॉटेलात जाऊन मी शुचिर्भूत झालो. खाणं उरकलं, जंगलात असावीत, म्हणून बिस्किटं, वाळलेले टोस्ट, शेव वगैरे जिन्नस घेतले आणि थोडा आधीच येऊन तिकीट-खिडकीशी उभा राहिलो. कारण इथं तिकीट घेतल्याशिवाय गाडीत बसायचं नाही, अशी पद्धत होती. एकूणच मध्य प्रदेशामध्ये बस-वाहतुकीची उत्तम अव्यवस्था होती. कापसाच्या भोतात कापूस भरतात, तशी इथं माणसं गाड्यांत भरतात. 'रुके' म्हणून उतारू ओरडले की, गाडी अधेमध्ये थांबते. 'बढे' म्हणाले की, पुन्हा सुरू होते.

गाड्या वेळेवर सुटतील, असं नाही. 'डिझेलची कमी' असल्यामुळे गाड्या ऐन वेळी रद्द होतात. काहीही होऊ शकतं.

नऊ, साडेनऊ, दहा, साडेदहा, अकरा-साडेअकरा वाजले. माझ्या मागं अनेक प्रवासी क्यूमध्ये येऊन उभे राहिले होते आणि तिकीट-खिडकी मात्र उघडत नव्हती. 'पूछताछ' असं लिहिलेल्या शेजारच्या खिडकीत खाकी कपड्यातला एक तरुण वाचनात गढून गेला होता. कान्हाला जाणाऱ्या बसची चौकशी अनेकांनी केली; तो मख्खपणे वाचत होता.

माझ्यामागं क्यूमध्येच एक साठीकडं झुकू लागलेला म्हातारा उभा होता. डोक्याला काळी टोपी, चाळिशी, अंगात कोट आणि खाली पांढऱ्या रंगाची पँट असा पोशाख होता. तो फार कावला. म्हणाला, ''अरे बेटा, लोक चौकशी करताहेत. त्यांच्याशी दोन शब्द बोल. अफसर म्हणून बोलू नकोस, माणूस म्हणून बोल. माणसानं माणसाशी बोलावं.''

मला वाटलं, आता जोरदार चकमक झडणार; पण वडीलकीचा मान ठेवण्याची बुद्धी त्या पोराला झाली असावी. पुस्तक पालथं घालून तो कुठंतरी गेला. पाच मिनिटांत परत आला आणि त्यानं जाहीर करून टाकलं, ''कान्हाला जाणारी गाडी कॅन्सल आहे.''

लोकांत प्रचंड गवगव सुरू झाली. मी हताश होऊन लाकडी चक्रव्यूहाच्या

बाहेर पडलो. आता पुढं काय?

दरम्यान, खिडकी उघडली आणि मंडलाची तिकीटविक्री सुरू झाली. क्यूमध्ये मघापासून उभी राहिलेली काही तरुण पोरं मंडलाला जाणार होती. ती म्हणाली, "मंडलापर्यंत चला साहेब. पुढं कान्हाला कसंही जाता येईल. प्रायव्हेट गाड्या, टॅक्सी, ट्रक काहीतरी मिळेल."

आता क्यूत उभं राहून मंडलाचं तिकीट काढायला पाहिजे होतं.

तो मघाचा काळा कोटवाला म्हाताराही मंडलालाच जाणार होता. त्याची मुलगी तिथल्या दवाखान्यात नर्स होती. तिनं बोलावलं होतं.

तो म्हणाला, "साब, चलिये हमारे साथ मंडला। सब ठीक हो जाएगा।"

एवढं आम्ही बोलतो आहे, तोवर 'आली, आली' असा आरडाओरडा होऊन खिडकीवर एकच गर्दी उडाली. तिच्यात घुसून तिकीट मिळविण्याएवढं शौर्य माझ्यापाशी नव्हतंच.

क्यूतला तो मघाचा पोरगा म्हणाला, "मी काढतो तुमचं तिकीट."

रेटारेटी करून तो क्यूपुढं घुसला. त्यानं तिकीट मिळवलं. गठली, बॅगा सांभाळीत सगळे मंडलाच्या गाडीकडे धावलो. 'खिसको, भई खिसको!' असा ओरडा होतच होता. गाडी हां हां म्हणता तुडुंब भरली. सुटली. काळ्या कोटातला म्हातारा माझ्या मागल्या बाकावर बसला होता. ती पोरं कुठं कुठं विखुरली होती. म्हातारा स्वभावानंच थोडा बडबड्या वाटला. काहीबाही सांगत होता. त्यात जीवनविषयक शहाणपण होतं. त्याचे अनुभव होते. बदलत्या मूल्यांवर भाष्य होतं. बरंचकाही होतं. मी आपला हूं हूं करून ऐकत होतो. डोळे मिटून बसत होतो.

दोन-तीन तास निघून गेले.

मध्ये कुठंतरी गाडी थांबली. फार अडथळे ओलांडावे लागतील, म्हणून मी जागचा उठलो नाही. काही लोक भराभरा उतरले, त्यात हाही उतरला. दहा मिनिटांनंतर गाडी सुरू झाली. मग तर हा बेफाम बोलायला लागला. इतका वेळ आत्मनिवेदन तरी होतं. आता बरळणं सुरू झालं. शिवीगाळ सुरू झाली. अचानक हा फिलॉसफर एवढा वाहवला कसा? मग माझ्या लक्षात आलं की, गाडी थांबली, तेव्हा शेजारच्या झोपडीत शिरून हा चहाऐवजी हातभट्टी हाणून आला होता.

मंडला जवळ आलं, तेव्हा याला काही बोलता येत नव्हतं. डोळे उघडत नव्हते. मंडलाच्या स्टँडवर लोकांनीच खाली उतरवला. कुठं, कुणाकडं जायचं, हेही त्याला सांगता येत नव्हतं. अखेर धुळीत पडला, तेव्हा लोकांनी नेऊन झाडाच्या

सावलीत झोपवला.

कान्हाच्या गाडीची वाट बघत मी बाकड्यावर बसून राहिलो, कारण बोलवा अशी होती, एक रद्द झाली, तरी दुसरी कान्हाला जाणारी गाडी येणार आहे. तिकीट-खिडकी बंद होती. बकाल स्टँडवर खच्चून गर्दी होतीच. धड कुणी निश्चित काही सांगतही नव्हतं. ती मघाची पोरं गाव येताच निघून गेली होती.

बराच अंत पाहून कान्हाची गाडी आली. घाईगर्दीनं मी तिकीट मिळवलं आणि खेचाखेच झालेल्या गाडीत शिरलो. इथं मात्र बरं होतं, 'जागा नाही, चढू नका' असं कुणी दटावत नाही.

नेहमीपेक्षा जास्त प्रवाशांची ने-आण जर केली, तर म्हणे, कंडक्टर आणि ड्रायव्हरला बोनस मिळत होता.

गर्दीत बसून बसून वैताग आला होता. कान्हा येता येईना. बऱ्याच डुलक्या घेऊन झाल्या. इकडं गाडीत धूम्रपान करायला बंदी नव्हती. सिगारेटीही फुंकून झाल्या.

संध्याकाळ झाली. बाहेर काळोख झाला. वाड्यावस्तीवरचे, खेड्यापाड्यांतले उतारू उतरून गेले. आता गाडीत अगदी मोजकीच म्हणजे सहा-सातच माणसं राहिली.

इतका वेळ उतारूंवर गुरकावणारा हिंदी सिनेमातल्या दादासारखा दिसणारा कंडक्टर आता मोकळ्या बाकावर येऊन बसला. अंग सैल सोडून बसला.

त्याचा मूड बरा वाटला, म्हणून मी जवळ गेलो आणि चौकशी केली, ''का हो? कान्हा अभयारण्य अजून किती दूर आहे?''

तर तो म्हणाला, ''ही गाडी कान्हाला जात नाही साहेब! किसलीपर्यंत जाते. किसलीला रात्रीचा मुक्काम.''

मी सर्द झालो. हे मला आधी कुणीच सांगितलं नव्हतं.

''तिथनं कान्हा किती?''

''बारा किलोमीटर.''

रात्री मी बारा किलोमीटर जाणार कसा?

बसमध्ये आता संपूर्ण शांतता होती. ध्यानस्थ बसावे, तसे उतारू बसले होते. जराशानं कंडक्टर मला म्हणाला, ''तुम्हाला सोबत आहे. कान्हाला जाणारे एक आहेत.''

एक सहप्रवासी होता खरा. स्वभावानं भला, वयानं पोरगेलासा असा हा कान्हाला रेंजर होता.

मी त्याच्याशी गप्पा मारल्या. मी कोण, कुठनं आलो, कशासाठी आलो, ते सांगितलं.

तो म्हणाला, "आज फार उशीर झालाय गाडीला. तरीपण आपण कान्हाला जाऊ. मला जायचंच आहे. माझ्याबरोबर तुम्हीही चला."

शेवटी किट्ट काळोख झाला आणि गाडी कान्हा पार्कची हद्द जिथनं सुरू होते, त्या लाकडी फाटकाशी येऊन उभी राहिली.

कंडक्टर मला म्हणाला, "उतरा साहेब. इथं काही जेवणखाण मिळतं का, बघू या. उशीर झाला. आता किसलीच्या कँटीनमध्ये काही मिळणार नाही."

उतरलो.

रस्त्याच्या बाजूला झोपडं होतं. पुढच्या मांडवाखाली भलीमोठी शेकोटी पेटलेली होती. दोन मोठे ओंडके जळत होते. थंडी बोलू लागली होती. लाल-पिवळ्या शेकोटीभोवती आम्ही बसलो. मला हलके हलके कल्पना आली. हा काही केवळ थांबा नसावा. ट्रकवाल्यांची जशी खाण्यापिण्याची खास ठिकाणं असतात, 'धाबे' असतात, तसं हे ठिकाण होतं. किसलीच्या कँटीनमध्ये न मिळणारी वस्तू इथं मिळत असली पाहिजे. हाका मारून मारूनही कोणी बाहेर आलं नाही. बाहेर जाळाचा उजेड होता, तसा आत कंदील होता. अस्वस्थ होऊन, ड्रायव्हर आणि कंडक्टर यांच्या फेऱ्या आत-बाहेर सुरू होत्या.

मी पिशवीतून खायच्या वस्तू बाहेर काढल्या. सिगारेटी वाटल्या.

लंब्याचौड्या बाता सुरू झाल्या. हलके-हलके वातावरण उल्हसित झालं. भीड चेपली. माझ्याशेजारी मिशावाला कंडक्टर होता. त्यानं मला हळूच विचारलं, "साब, मटणमुर्गा चलेगा?"

"क्यूं नही चलेगा भाई? जरूर चलेगा!"

"और जंगलकी देसी चीज पीनेको चलेगी?"

"जरूर चलेगी!"

ताबडतोब कंडक्टरनं कुणालातरी पिटाळलं. तो महुआची पांढरी दारू घेऊन आला. ड्रायव्हर, कंडक्टर, रेंजर आणि मी अशी चार माणसं होतो, पण कप दोनच होते. तत्काळ मी माझ्या पडशीतल्या बहुउद्देशीय टिनमगचा उपयोग केला.

एवढं झाल्यावर आम्ही एकमेकांच्या जास्ती जवळ येणं अपरिहार्यच होतं. ड्रायव्हर हा चांगला सहा फूट उंचीचा राक्षस माणूस होता. कंडक्टर हा वृत्तीनं एक खास नमुना होता.

आपण एकवार अख्खी गाडी कशी खाल्ली (म्हणजे तिकिटाचे पैसे कसे खाल्ले) आणि एका खडूस तिकीट-चेकरला ऐन रानात ट्यूबच्या रबरानं झाडाला बांधून कसा झोडपला, ही हकिकत त्यानं फार रंगवून सांगितली.

दरम्यान या झोपड्याचा मालक कोण करीम का मकबूल होता, तो येऊन पुढं हजर झाला.

कंडक्टर त्याला म्हणाला, ''भाईसाब, ये बंबईसे बडे मेहमान आये है. खाना पकायेंगे तुम?''

''जी हां साब, पकायेंगे.''

''क्या पकायेंगे, करीम?''

''मुर्गा पकायेंगे!''

''वल्ला! कितनी देर में?'

''एक घंटा लगेगा साब!''

''लगने दो!''

वेदपूर्वकाळातील पूर्वजांप्रमाणे शेकोटीभोवती बसून आम्ही तिखटजाळ मुर्गा खाल्ला. गोष्टी सांगितल्या, हसलो आणि खिदळलो.

सारे बिल मिळून अठरा रुपये आणि काही पैसे झाले. ते मी देऊन टाकताच, तिघांनाही आपला मोठाच आदरसत्कार झाला, असं वाटलं.

रात्रीचे अकरा वाजले.

कंडक्टर म्हणाला, ''साहेब, आता आपण किसलीला जाऊ. बघा, तुमची कान्हाला जाण्याची काही सोय झाली तर. नाहीतर आरामसे गाडीतच बिस्तरा लावून झोपा. सकाळी बघा कान्हा.''

रेंजर म्हणाला. ''फिकीर करू नका साहेब. आपण कान्हाला जाऊ.''

आता मी फार हवालदिल झालो. 'अशा अपरात्री, अनोळखी मुलखात मी का आलो? या लोकांचा भरवसा काय, या रेंजरचा भरवसा काय?'

रखवालदारानं गेट उघडलं, बंद केलं. गाडी सुरू झाली आणि काही मिनिटांतच किसलीला पोहोचली.

या मधल्या प्रवासात रेंजर मला म्हणाला, ''साहेब, तुम्हाला रेस्ट हाउसमध्ये एका रात्रीचे साठ रुपये घेतील. कशाला पैसे खर्च करता? माझ्या घरी चला. मी एकटाच आहे. तिथं खुशाल झोपा.''

आम्ही खाली उतरलो. थंडी प्रचंड होती. गार वारं सुटलं.

खाकी ग्रेट कोट घातलेला एक शिपाई शेकोटी पेटवून बसला होता. रेंजर त्याच्यापाशी जाऊन काही बोलला. शिपाई अंधारात गेला. मी गप्प शेकोटीशी बसून राहिलो. आलोच, म्हणून रेंजरही गेला.

ऐन जंगलातच होतो. रातकिड्यांचं समूहगान चालू होतं. वर आभाळ चांदण्यांनी खचलं होतं. शेकोटीच्या अंधूक प्रकाशात प्रचंड बुंध्याचे वृक्ष माझ्याभोवताली उभे दिसत होते.

'कान्हा' पाहायचं पाहायचं, असं मी किती वर्षं घोकत होतो. जॉर्ज शेल्लरचं 'द डिअर अॅण्ड द टायगर' हे पुस्तक वाचल्यापासून तर ही इच्छा फार बळावली होती. डॉ. शेल्लरनं चौदा महिने इथल्या जुन्या रेस्ट हाउसमध्ये राहून वाघ, चितळ, बारशिंगा, गवा या जातींचा सूक्ष्म अभ्यास केला होता. कान्हा ही या थोर प्राणिशास्त्रज्ञाची अभ्यासिका होती. असं सांगतात की, वर्डस्वर्थ नसताना आलेल्या पाहुण्यांना घर दाखवताना घरची मोलकरीण म्हणाली, 'इथं ते वाचतात. त्यांची अभ्यासिका मात्र घराबाहेर आहे.' शेल्लरनं हा अभ्यास एकोणीसशे त्रेसष्ट ते पासष्ट या सालात केला. एकशे तेवीस चौरस मैलांच्या या अरण्यातला मध्यभाग त्यानं अभ्यासासाठी निवडला होता. पायी हिंडून त्यानं वाघ पाहिले. वाघांनी मारलेल्या जनावरांच्या सांगाड्यांचे जबडे गोळा केले आणि त्यांची वयं निश्चित केली. वाघांनी मारलेल्या जनावरांचे कोठे तपासले आणि ही चितळं, हे बारशिंगा, हे गवे कोणत्या वनस्पती, कोणत्या साली, कोणती फळं, कोणती पालवी खातात, याची नोंद केली. मला शेल्लर कुठं राहिला, कुठं हिंडला, हे पाहायचं होतं. त्याच्याबरोबर काम केलेल्या लोकांशी बोलायचं होतं. त्याच्या आठवणी ऐकायच्या होत्या.

मला कान्हाचं फार फार आकर्षण होतं.

खाकी ग्रेट कोट घातलेला ड्रायव्हर जीप घेऊन आला. रेंजरनं वाहन मिळवलं होतं.

कान्हा ते किसली हे सुमारे बारा किलोमीटरचं अंतर म्हणजे जंगलातला धूळभरला कच्चा रस्ता होता. जाताना मला वाटेवर सात चितळं दिसली.

बापड्या रेंजरचं क्वार्टर असून किती सोईचं असणार? शिवाय हा कारा. सदोदित जंगलात फिरतीवर असणारा. त्यानं मला क्वार्टरचं दार उघडून दिलं. खाटलं दाखवलं. "माझ्यापाशी बिछाना नाही, कारण तो मी टूरवर गेलो होतो तिकडे राहिला आहे." असं सांगितलं. ती अडचण नव्हतीच, कारण माझ्या पडशीत स्लीपिंग बॅग होती. रबरी उशी होती. दिव्याची बटणं, मागील दार वगैरे दाखवून रेंजमजकूर शेजाऱ्याकडं झोपायला जातो, म्हणून गेले आणि जंगलातल्या त्या जुन्यापान्या कौलारू क्वार्टरमध्ये मी एकटा उरलो. पडशी उघडून स्लीपिंग बॅग काढली आणि तिच्यात शिरून झोपून गेलो. दिवसभर जी दमणूक झाली होती, तीमुळे गर्रकन झोप आली. स्वप्नं पडली नाहीत. उंदीर, डास यांचं अस्तित्व जाणवलं नाही.

■

'स्वराज्य' : शनिवार १० मे व १७ मे १९८०

शेल्लरच्या अभ्यासिकेत

सकाळी सात वाजायच्या सुमाराला रेंजर धावतपळत आला आणि म्हणाला, "वाघ बघायला एक मोटार निघालीये. चला."

मी कपडे करून तयारच होतो. गळ्यात दुर्बीण अडकवली आणि बाहेर पडलो.

ही मोटार म्हणजे शेजारच्या कुठल्यातरी गावातून आलेली मेटॅडोर होती. वन्य प्राण्यांच्या आकर्षणामुळे इकडं ओढले गेलेले हे लोक दिसत नव्हते. हल्लागुल्ला करणारी, मजा करायला आलेली मंडळी होती.

रेंजरनं विनंती केली. त्यांनी मला आत घेतलं. एक म्हातारा बैगा आदिवासी वाटाड्या म्हणून सोबतीला दिला आणि मोटार निघाली.

मोटारीतली मंडळी इतकी बडबडी आणि उथळपणे वागणारी होती की, यांना काही बघता येईल, असं मला वाटलं नाही.

मोठमोठ्यानं आवाज करीत हिरव्या रंगाची ही गाडी जंगलातला एक चढ चढून वर आली, तशी म्हाताऱ्या आदिवासीनं खूण केली. गाडी थांबली आणि समोर झाडाझुडपांत आपला हत्ती उभा करून वाघ बघणारा माहूत रागारागानं त्या बैगाला शिव्या मोजू लागला. त्याचं म्हणणं होतं, "तू गाडी इथवर का आणलीस? किती प्रयत्नानं मी वाघ शोधून ठेवले होते. एक वाघीण आणि तिचे दोन बच्चे! रात्री बांधलेला रेडा मारून त्याचं मांस खात होते. मोटारच्या आवाजानं, लोकांच्या ओरड्यानं ते गेले."

माहुताच्या या सरबत्तीनं बिचारा बैगा हवालदिल झाला. हे टोळकं मात्र हसून टाळ्या देत होतं. विनोद करत होतं. बडबडत होतं.

ही काय पद्धत कान्हाला होती, ते आता इथं मला सांगितलं पाहिजे.

कान्हाच्या परिसरात एकूण साठ वाघ आजमितीला आहेत. पर्यटन खातं आणि

जंगल खातं आळीपाळीनं लहान रेडे मोक्याच्या ठिकाणी बांधतं. भल्या सकाळी तीन हत्ती तीनही दिशांना माग काढीत जातात. कुठंतरी रेडा मारला आहे आणि वाघ खातो आहे, असं दिसताच मुख्य ठाण्याला बातमी मिळते. देशीपरदेशी पर्यटक गळ्यात दुर्बिणी आणि कॅमेरे अडकवून सज्ज होतात. 'सफारी' गाड्यांतून त्यांना त्या ठिकाणच्या जवळपास नेलं जातं. प्रत्येक हत्तीवर चार याप्रमाणं बारा पर्यटक जातात. हत्ती वाघाला वेढून उभे राहतात आणि पर्यटकांना भक्ष्यावर तुटून पडलेला वाघ बघता येतो. आम्ही गाडीतून उतरून पालापाचोळ्यात बसून होतो, तोवर माहुतानं खूण केली. त्या क्षणी हपापलेले चार आडदांड पर्यटक इतरांना ढकलून पुढं झाले. हत्तीवर चढले. त्यांना घेऊन हत्ती मोक्याच्या ठिकाणी गेला.

वाघीण आणि तिची पोरं पुन्हा रेडा खायला आली होती. माझ्यापाशी १०×४०ची चांगली दुर्बीण होती. त्यामुळे हत्तीवर बसणाऱ्या पर्यटकांत घुसाघूस न करता मी हळूच उजव्या बाजूची दरड चढून थोडा वर गेलो आणि समोरचा नाल्याचा भाग तपासला. सकाळच्या लखलखीत प्रकाशात काळे-तांबडे पट्टे दिसले. सुमारे सात महिन्यांची दोन पोरं संशयानं माना वळवून बघत होती. नाल्यापलीकडे वाघीण उभी होती. शंभर यार्डांवर उभा राहून मी पाहत होतो. दरम्यान, हत्तीवर चढलेल्या त्या चौघांनी, 'ती पाहा, ती पाहा, ती वाघीण, ते बच्चे!' असा दबक्या आवाजात एवढा गोंगाट केला की, आधीच संशय आलेली वाघीण झाडीत निघून गेली. तिच्यामागं पोरंही गेली. आता ते तीन वाघांचं कुटुंब दिसलं आहे, ही बातमी कशी ईश्वर जाणे, पण मुख्य ठाण्यापर्यंत पोहोचली होती. लाल रंगाच्या तीन सफारी जिपा भराभरा आल्या आणि गोरे सोजीर उतरावेत, तशी हिरव्या कपड्यातली भले लांब टेलिफोटो लेन्स लावलेले कॅमेरे आणि दुर्बिणी या आयुधांनी सज्ज अशी सोळा माणसं उतरली. त्यात चार महिलाही होत्या. त्यांनी काही गोंधळ केला नाही. आवाज केला नाही. सर्वच जण फार गंभीर होते. आता काहीतरी प्रचंड नाट्य आपल्याला बघायला मिळणार, ही अपेक्षा त्यांच्या चेहऱ्यावर दिसत होती.

एकाच्या दुर्बिणीकडे मी हळूच बघून घेतलं. ती १२×५० अशी होती.

साडेआठ वाजले.

आकाशात गिधाडं घिरट्या घालू लागली. मेटॅडोरमधल्या मंडळींनी बुजवलेली वाघीण आणि पोरं पुन्हा रेड्यावर मुळीच आली नाहीत.

सुरुवातीला उभी राहून बघणारी, पुन्हा खडकावर, मातीत, पाचोळ्यात बसून वाट बघणारी पर्यटक मंडळी हळूहळू झाडाच्या सावलीला पाठीवर पसरली.

हे सगळं इंग्रजी जंगलपटातल्या दृश्यांसारखं वाटू लागलं.

साडेदहा वाजेपर्यंत वाट पाहिली, पण वाघाचं कुटुंब आलं नाही. ते आता संध्याकाळशिवाय येणारच नव्हतं. एवढ्यात 'चला, चला' असा निरोप आला.

किसलीकडं ज्याचा हत्ती गेला होता, त्यानं बातमी पाठवली होती की, रेडा मारलेला होता आणि वाघ त्याला खात होता.

सफारीचे ड्रायव्हर आणि ते परदेशी पर्यटक निघाले. मला त्यांनी जागा देऊ केली, पण मी किसलीला जायचं नाकारलं. एक तर मी वाघ पाहिला होता आणि आता या वेळेला किसलीच्या रेड्यावर वाघ दिसेल, यावर माझा विश्वास नव्हता.

मी रेंजरच्या घरापाशी उतरलो.

(संध्याकाळी मला समजलं की, पंधरा किलोमीटर जाऊन या परदेशी पर्यटकांना किसलीचा वाघ दिसला नाहीच. बिचारे!)

कान्हाच्या टायगर प्रोजेक्टचे डायरेक्टर श्री. पवार यांना मी भेटलो. माझा हेतू सांगितला.

मी असा अचानक, काही न कळवता आलो आणि कुठंतरी राहिलो, उद्या परतही जाणार, याबद्दल त्यांना हळहळ वाटली. म्हणाले, ''आधी कळवून या. म्हणजे आठ-दहा दिवस तुम्हाला सगळा पार्क दाखवता येईल. तुम्ही इथं उतरलात कुठं?''

मी रेंजरकडं उतरलो म्हणून सांगून टाकलं.

अखेर त्यांनी फुलसिंग माहुताला बोलावून सांगितलं.

"या साहेबांना हत्तीवरनं पार्क दाखव. जमला, तर वाघ दाखव. साडेतीनला दुपारी निघा."

रेंजरची पळापळ चाललीच होती. मी कँटीनमध्ये जाऊन जेवलो आणि झोपून गेलो.

दुपारी दोन वाजता ओढ्यावर थोडा फिरून आलो. कान्हाचे वृक्ष इतके उंच आणि त्यांचे बुंधे एवढे अजस्त्र होते की, केवळ या झाडांच्या दर्शनानंच निसर्गाच्या भव्यतेचा परिणाम मनावर होत होता. भव्य आणि उंच अशा देवालयाचं दर्शन घडताच होतो, तसा!

करडी काळी बदकं पाण्याच्या काठाशी गप्प बसून होती. ती विसावली

असावीत. जवळ जाता आलं नाही, म्हणून नक्की कळलं नाही; पण ही लेसर व्हिसलिंग टील्स असावीत. टंगळमंगळ करत मी वेळ काढत होतो. तेवढ्यात रेंजर आला. म्हणाला, ''फुलसिंग आत्ता तुम्हाला घेऊन जाईल. मी त्याला सांगून ठेवलं आहे.''

क्वार्टरच्या मागल्या बाजूलाच माहुतांच्या वस्त्या होत्या. फुलसिंग माहूत हा सर्वांत शहाणा, त्याचा हत्तीही चांगला; पण सकाळीच जाऊन आल्यामुळे जनावराला पुन्हा तकलीफ द्यायला तो फारसा राजी नव्हता.

अखेर साडेतीनच्या थोडं आधी, हत्तीला खाली बसवून फुलसिंग आणि त्याचा दहा-अकरा वर्षांचा पोरगा हत्तीच्या पाठीवर बस्कर घालू लागले. हा एक मोठा खटाटोप असतो. पाठीवर जड, लाकडी हौदा वागवायचा असल्यामुळे गादी, पट्टे, दोर अशी बरीच बांधाबांध करावी लागते.

मी सावलीला उभा राहून बघत होतो.

अखेर हौदा वर चढविला गेला.

फुलसिंग मला म्हणाला, ''साब, आइये!''

बसलेल्या हत्तीच्या पाठीवरसुद्धा शिडीशिवाय चढणं सोपं नसतं. त्याच्याच अवयवांचा पायरी म्हणून उपयोग करावा लागतो.

फुलसिंगनं हत्तीचं शेपूट त्याच्या अंगाबरोबर आडवं खेचून पायरी केली. पायावर चढलेला मी शेपटीच्या पायरीवरून हौद्यापर्यंत पोहोचलो. आत छान गादीच होती. त्यामुळे आरामात मांडी घालून बसलो.

साडेतीनला आम्ही हळूहळू पूर्व दिशेकडं जाऊ लागलो. अजून उन्हाचा चांगलाच चटका जाणवत होता. फुलसिंगला पान खाण्याचा नाद होता. चौफेर बारीक नजरेनं बघत त्यानं पान तयार केलं आणि ते गालात धरून गप्प राहिला.

वाळलेल्या गवताच्या प्रदेशातून आम्ही जात होतो. मी विचारलं, ''फुलसिंग, इथल्या नोकरीला किती वर्षं झाली?''

''पासष्ट सालापासून आहे साहेब.''

''डॉ. शेल्लर इथं काम करत होते, तेव्हा होताष का?''

''हां होतो ना साहेब. नुकताच लागलो होतो. डॉक्टर शेल्लरसाहेबांच्या गोष्टी आमचे लोक सांगतात ना!''

''ते वाघ बघायला पायी हिंडायचे का?''

''हां साब. त्यांना काही डरच नव्हती. मुर्गा द्याचे वाघाला आन् फोटो काढायचे.''

''वाघ बघायला डॉक्टर शेल्लर जिथे जायचे, त्या जागा अजून तशाच आहेत? मला बघायच्या आहेत त्या.''

"हायेत ना, साब. एक हाईड हाय, शेल्लर हाईड."

बोलता बोलता आम्ही एका नाल्याच्या काठी आलो. पाण्याच्या काठाशी होती ती जागा. पाच-पंधरा स्वॅम्प डिअर-बारशिंगा जातीची हरणं उठली. हत्तीकडं टवकारल्या कानांनी बघत राहिली.

फुलसिंग म्हणाला, "फार ऊन आहे ना साहेब, म्हणून शेवाळ खायला ही पाण्याकडंला येतात."

अभ्यासकापेक्षा सतत जंगलात राहणाऱ्या लोकांचं निरीक्षण कित्येकदा फार सूक्ष्म असतं. डॉक्टर शेल्लर यांच्या निरीक्षणांतून मात्र ही गोष्ट सुटलेली नाही. बारशिंगा जातीची हरणं पोटं बुडेपर्यंत पाण्यात जाऊन वॉटर वीड (Naias) खातात, अशी त्यांची नोंद आहे.

बारशिंगा जातीची हरणं वरचेवर दोन्ही कान हलवत राहातात. उष्ण हवेमध्ये त्यांचा हा पंखा असतो. चेहऱ्याभोवतालची हवा थंड राहते.

एक लहानसा कळप झाडाच्या सावलीला बसून होता. शेल्लरनी एकदा याच अरण्यात चाळीस फूट लांबीच्या सावलीला सदतीस हरणं बसलेली पाहिली. कारण सावलीसाठी तेवढं एकच झाड होतं. कुणीही स्वस्थ नव्हतं. सतत जागा बदलणं चालू होतं. सावलीच्या कडेला असणाऱ्यांना मध्यभागी यावं वाटत होतं आणि उन्हं अंगावर येताच कडेचे काही जण सावलीसाठी आत सरकत.

हा लहानसा नाला वाघाला थंड पाण्यात बसायला, पाणी प्यायला फार सोयीचा

होता. एका ठिकाणी म्हशीएवढ्या प्रचंड काळ्या शिळा एकाला एक लागून, एकीच्या अंगावर दुसरी अशा पडलेल्या होत्या आणि खाली खोल पाण्याचं डबकं होतं.

फुलसिंग म्हणाला, ''हितं तीन-तीन, चार-चार वाघ पाण्यात पडलेले दिसायचे मागं.''

इथून चाळीसएक यार्डांवर शेल्लर हाईड होती. पाण्यावर येणारे वाघ पाहावेत, म्हणून डॉक्टर शेल्लरनी चौकोनी आकाराची सिमेंटची ही पेटीच बांधून घेतली होती. सहा बाय आठची. चारीही भिंतींना लहान लांबट भोकं होती. आत खुर्चीवर बसून चारी बाजूंच्या हालचाली इथून दिसत होत्या.

तूर्त मात्र या हाईडची दुर्दशा झाली होती. मला उगीचच वाटलं की, इथं निदान पाटी पाहिजे होती आणि हे हाईड जतन करायला पाहिजे होतं. डॉ. शेल्लर इथं जेव्हा वाघाचा अभ्यास करत होते, तेव्हा 'लाइफ' साप्ताहिकानं त्यांचा लेख मागविला आणि लेखासाठी रंगीत फोटो हवेत, म्हणून फोटोग्राफर पाठवला. त्यानं कधी जंगलात वाघ पाहिला नव्हता. पहिल्यांदा हाईडमध्ये येऊन बसल्यावर कॅमेरा, लेन्सेस वगैरे ओझं घेऊन आलेल्या नोकराला शेल्लरनी सांगितलं, ''तू आता गाणी गुणगुणत परत जा. म्हणजे वाघांना वाटेल, आलेली माणसं गेली.''

नोकर गेला. फोटोग्राफरनं हलक्या आवाजात विचारलं, ''तो एकटाच गेला, आपण दोघं इथंच आहोत, हे वाघांना कळणार नाही का?''

तेव्हा हा प्राणिशास्त्राचा अभ्यासक गंभीरपणे म्हणाला, ''वाघांना गणित करता येत नाही.''

कदाचित ते हेच डबकं असेल आणि हेच हाईड असेल.

आता बरं जंगल लागलं होतं. घनदाट झाडी होती. ती ओलांडून गेलं की, मोकळं गवताळ कुरण होतं.

समोर एक सुंदर झाड दिसलं. गर्द हिरव्या रंगाच्या या वृक्षावर बोराएवढ्या शेंदरी फळांचे घोस लहडले होते.

''फुलसिंग, या झाडाचं नाव काय?''

''शेंदर साब. हे हत्तीला खायला फार आवडतं.'' असं म्हणून माहुतानं हत्ती झाडापाशी नेला. शेंदर हे स्थानिक नाव असावं.

हत्ती आनंदानं पाला खात राहिला.

पाच मिनिटं गेली. दरम्यान, फुलसिंगनं पान लावलं. मी सिगारेट ओढली.

सावलीत उभं राहून हत्तीनं थोडं खाऊन घेतल्याची खात्री झाल्यावर माहुतानं त्याला चलण्याचा इशारा दिला. कुरणात उतरण्याअगोदर एक मोठा बारशिंगा

चरताना दिसला. हत्तीकडं त्याचं लक्ष नव्हतं. दहा यार्डांवर आम्ही गेलो, तरी खाली मान घालून तो चरत होता. कान हलवत होता. त्याच्या भव्य शिंगांपैकी उजव्या बाजूचं शिंग मोडलं होतं. कशामुळे?

पुढच्या पटांगणात येताच फुलसिंग म्हणाला, "वो देखो साब, हिरन टट्टी कर रहा है!''

तीनशे यार्डांवर एक कृष्णसारमृग देहधर्म उरकीत होता. फुलसिंगाला नुसत्या डोळ्यांनी ते दिसलं. मला दुर्बीण वापरावी लागली.

फुलसिंग म्हणाला, "रोज एकाच जागी ही जात टट्टी करते.''

नव्या-जुन्या लेंड्यांचे ढीग पुढं जागोजाग दिसले. चितळांचा एक कळप दिसला. अठरा चितळं होती. त्यातल्या दोन लेकुरवाळ्या माद्या कळपापासून शंभर फुटांवर जाऊन पोरांना पाजत होत्या.

फुलसिंग म्हणाला, "या पोरांना कोल्ही खातात.''

बारशिंगा, कृष्णसारमृग, कांचनमृग बघत-बघत आम्ही वाघाच्या मुलखात शिरलो.

ओढे, नाले, दरडी, ओघळी होत्या. कधी उंच उंच गवत, तर कधी दाट बांबू होता. बांबूतून मार्ग दिसेनासा होई. तेव्हा फुलसिंग हत्तीला म्हणे, "बांबू बाजूला कर, बाजूला कर.''

आणि आपल्या बळकट सोंडेनं तो बांबूचा अडथळा दूर करी. कधी फुलसिंग म्हणे, "दबाव, दबाव.''

–आणि पाय ठेवून हा बांबू खाली जमिनीशी दडपून जायला वाट करी. याअगोदरही मी काझिरंगा जंगलातून हत्तीवरनं हिंडलो होतो, पण हा अनुभव विलक्षण होता. जवळजवळ दोन तास आम्ही या दुर्गम जंगलातून हिंडलो. दहा-दहा फुटांवरून चितळं भडाडताना पाहिली, पण वाघ दिसला नाही.

अखेर संध्याकाळी सहा वाजता त्याच ओढ्याच्या दरडीवर येऊन आम्ही उभे राहिलो, जिथं सकाळी एक वाघीण आणि तिचे दोन बच्चे दिसले होते. जंगलात आता संध्याकाळचे आवाज सुरू झाले होते.

उंच दरडीवर हत्ती कान हलवीत उभा होता. ओढ्याचा केवढातरी विस्तार दिसत होता.

दहा-एक मिनिटं तिथं उभा राहिलो, पण वाघ दिसला नाही. आम्ही त्या मारल्या रेड्यापाशी गेलो. पानांनी रेडा झाकला होता. त्यावर दगड, लाकडं ठेवली होती. कदाचित दुसऱ्या कोणी खाऊ नये, वाघालाच उपयोगी पडावं, म्हणून जंगलातल्या लोकांनी ही खबरदारी घेतली असेल.

सकाळी अर्धवट खाल्लेलं हे भक्ष्य झाकलं आहे, त्यामुळे संशयानं तर वाघ येत नाही, अशी शंका येऊन की काय, फुलसिंगनं हत्तीला 'उठाव, उठाव' असा हुकूम पुन:पुन्हा सोडूनही वाघानं केलेल्या त्या शिकारीला स्पर्श करण्याचा वेडेपणा हत्ती करायला तयार नव्हता. त्यानं हुकूम साफ नाकारला.

मग फुलसिंगच तरातरा सोंडेवरनं खाली उतरला आणि ते धोंडे, ती जाड लाकडं त्यानं उचलून बाजूला टाकली.

त्याचं हे धाडस मी वर बसून पाहत होतो. वाघीण आणि तिची पोरं यावेळी नक्कीच जवळपास असणार. त्यांची आता भुकेची वेळच झाली होती. Kill उघडं करून आम्ही पुन्हा अलीकडच्या दरडीवर, जिथून सकाळी त्या मॅटेडोरवाल्यांनी वाघ बुजवला होता, त्या जागी जाऊन उभे राहिलो. साडेसहा वाजून गेले, तरी वाघाचा पत्ता नव्हता. फुलसिंग म्हणाला, ''चांगला अंधार झाल्याशिवाय येणार नाहीत आता.''

आम्ही मुक्कामाकडं आलो.

रात्र पुन्हा रेंजरचा पाहुणा म्हणून घालवली. सकाळी डायरेक्टर पवार किसलीला चालले होते. त्यांच्या गाडीतून बसपर्यंत गेलो. ही बस आणि ड्रायव्हर, कंडक्टर आता दुसरे होते. अगदी जबलपूरपाशी दहा किलोमीटरवर आलो आणि गाडीचं टायर फुटलं. जादा स्टेपनी नव्हती. कमी लगेजवाले उतारू धावपळ करीत पुढच्या फाट्यावर गेले. त्यांना कुठलीतरी जबलपूरकडं जाणारी बस मिळाली.

मला कोणीही घेतलं नाही; ट्रकनं नाही, बसनं नाही. आता इथून पुढं जबलपूरकडं जाणारी बसही येणार नव्हती.

आम्ही दहा-वीस उतारू फाट्यावरच्या हॉटेलपाशी चिमणीएवढं तोंड करून बसून राहिलो. रात्र उघड्यावर घालवण्यावाचून पर्याय नव्हता.

■

'स्वराज्य' : मुंबई, पुणे : शनिवार २४ मे १९८०

खजुराहोची शिल्पकला

माझी दया त्या तिठ्यावरच्या हॉटेलमालकाला आली. तो म्हणाला, "साहेब, तुम्ही आता असे किती वेळ इथं बसून राहणार? रस्त्यावर बंद पडलेल्या ट्रकच्या दुरुस्तीसाठी एक टेंपो मघाशी जबलपूरहून आला आहे. तो आता माघारी जाईल. त्याच्यातून जा."

माझी काहीच हरकत नव्हती. तीन चाकी टेंपो काय, बैलगाडी मिळाली, तरी मला आनंदच होता; पण तूर्त इथं प्रवाशांची इतकी गर्दी होती की, टेंपो दिसताच सगळे त्याच्यावर तुटून पडले असते. धक्काबुक्की करून जागा पटकावणं माझ्या आवाक्याबाहेरचं काम होतं; पण हॉटेलमालकानं मनावरच घेतलेलं दिसलं. टेंपो येताच तो धावला. मागोमाग मी धावलो. सुदैवानं टेंपो उभा राहिला. मला जागा मिळाली. आत ग्रीसनं लडबडलेला ट्रकचा कणा उभा टाकलेला होता. आणखीही काहीबाही सामान होतं. मी कोपऱ्यात जाऊन बसलो. सडे, जवळ थोडं सामानसुमान असलेले आणखीही पाच-सात प्रवासी आले. टेंपो खच्चून भरला आणि सुटला. एवढ्यानं भागलं नव्हतं. मध्ये एक वस्ती लागली. नुकतंच लग्न झालेली एक मारवाडी मुलगी, तिची पाठराखीण आणि तरुण नवरा अशा तिघांची भर पडली. हळूहळू झुरळाला मुंग्या डसाव्यात, तसे प्रवासी या वाहनाला डसले.

जीव मुठीत धरून मी कसाबसा जबलपूरला पोहोचलो. स्टेशनवर वेटिंग रूममध्ये बराच वेळ वाट पाहिल्यावर विजया आणि कामतबाई आल्या. कान्हा-किसलीच्या माझ्या रसभरित प्रवासाची हकिकत मी त्यांना ऐकवली. कामतबाई इथून मुंबईला परतल्या आणि आमचा मध्य प्रदेशचा प्रवास सुरू झाला.

जबलपूरहून आम्ही शहाडोलला आलो. रात्रभर मुक्काम केला. शहाडोलला मराठी माणसं बरीच आहेत. ती मोठ्या अगत्यानं जमा झाली. एका लहानशा हॉलमध्ये आम्ही एकत्र जमलो. इथं एवढे वाचक असतील, याची मला कल्पना नव्हती. पन्नास-साठ मराठी माणसं, काही हिंदी साहित्यिक होते.

लोकांनी प्रश्न विचारले. मी उत्तरं दिली. चहापाणी, मिठाई झाली. प्रकट मुलाखतीचा हा कार्यक्रम सुरेख झाला. कितीतरी दिवसांनी भरपूर मराठी ऐकायला मिळालं, म्हणून मराठी महिला खूश झाल्या.

पहाटे साडेतीनला उठून आम्ही शहाडोल ते अलाहाबाद जाणाऱ्या बसमध्ये बसलो. गर्दी तुफान होतीच. अलाहाबादपासून एकोणीस किलोमीटर अलीकडे असलेल्या चाकघाट नावाच्या गावी, माध्यमिक शाळेत काही विद्यार्थी मराठी शिकत होते. तिथं दुपारचा वेळ काढून चाकघाट ते रिवा, रिवा ते सतना असे आलो. सतनाला श्री. सक्सेना नावाचे शिक्षक होते. त्यांचा पत्ता सांगितला, तेव्हा एक रिक्षावाला तयार झाला. त्यानं रात्रीची वेळ असूनसुद्धा फार तत्परेतेनं आम्हाला नेमक्या ठिकाणी पोहोचतं केलं आणि मग म्हणाला, ''मला दोन रुपये आणखी द्या साहेब. उद्या महाशिवरात्र आहे. मी ब्राह्मणपुत्र आहे.'' तोंडावरची कळा, अंगावरचे कपडे यावरून त्याची फारच हलाखी होती, असं वाटलं.

मी म्हणालो, ''अरे ब्राह्मणपुत्रा, रिक्षा ओढण्यावाचून इतर काही उद्योग तुला मिळत नाही का?''

त्यानं दु:खी चेहरा करून मान हलवली. म्हणाला, ''मी एकटाच नाही. स्टेशनवर हमाल, रिक्षेवाले जितके आहेत ना, त्यांपैकी बरेच ब्राह्मणच आहेत.''

दोन रुपये आणखी दिल्यानं त्याची महाशिवरात्र उत्तम जाणार असेल, तर जावो, म्हणून मी त्याला खूश केलं. आपल्या या कृत्यामुळे येऊ घातलेली क्रांती लांबेल, याचा विचार केला नाही.

श्री. सक्सेना स्वत: एका खेड्यात शिक्षक होते. त्यांची पत्नी सतनाच्या महाविद्यालयात प्राध्यापक होती. दहा वर्षांपूर्वी पुण्यास शिकलेले मराठी सक्सेनासाहेब अजून उत्तम बोलत होते. सारखे आग्रहानं खाऊ घालत होते, म्हणत होते, ''आणखी थोडं घ्या ना आपण! काही होणार नाही.''

सामानाची ओझी त्यांच्या घरी टाकून आम्ही सकाळच्या बसनं खजुराहोला गेलो. सहाची बस ऐन दुपारी खजुराहोला पोहोचली. तिथं प्रचंड मोठी जत्रा भरली होती! हा जनांचा प्रवाह इकडं आज का बरं लोटला होता? खजुराहोची अप्रतिम शिल्पं पाहण्यासाठी? नाही. कारण कलाबाह्य होतं. त्या दिवशी शिवरात्र होती. भग्न मूर्तींची पूजा करायची नाही, असा धर्मशास्त्राचा दंडक जरी असला, तरी इथल्या

महादेवाच्या दर्शनासाठी आदिवासी लाखांनी आज या आडबाजूच्या देवळाकडे लोटले होते. आजच नव्हे, प्रत्येक वर्षी लोटत असले पाहिजेत. कारण भक्त येणार, म्हणून बाकीचा बाजार उभा राहिला होता. जत्राच होती. जत्रेला जे जे आवश्यक, ते ते सर्व जमा झालेलं होतं. माणसं होती, व्यापार होता, पोलीस-बंदोबस्त होता. वाहनं होती, गोंगाट होता. वस्तूंचे भाव कडाडले होते.

गाइडचा भाव आज पंचवीस रुपये होता. चला, पंचवीस, तर पंचवीस!

त्याच्या मागोमाग हिंडू लागलो.

कंदारिया महादेव हे सर्वांत उत्तम देऊळ प्रथम पाहिलं. याचा आकारच भव्य आहे. एकशे दोन फूट तीन इंच लांब, सहासष्ट फूट दहा इंच रुंद आणि एकशे एक फूट नऊ इंच उंच. त्याच्या बाहेरच्या बाजूची शिल्पं पाहिली. उत्तमोत्तम शिल्पांचं बन होतं. एका दृष्टिक्षेपात दिसणारं बन!

कोण होता हा वास्तुशास्त्रज्ञ? कोण होते हे शिल्पकार?

हा सगळा दगड मऊ कुरुंदी आहे. काळा पाषाण नाही. पिवळसर, गुलाबी अशा मनोहारी रंगाचा हा दगड आहे.

बुंदेलखंडावर जेव्हा चंदेला वंशाचं राज्य होतं, तेव्हा इसवी सन नऊशे पन्नास ते दहाशे पन्नास या काळात या आडबाजूला ऐंशी देवळं बांधली गेली. त्यांपैकी आता तीन आपल्याला उभी दिसतात. बाकी सगळीकडं वसाण पसरलेलं आहे.

या देवळांचं पहिलं वेगळेपण लक्षात येतं, ते म्हणजे देवळाभोवती संरक्षक तट नाही. उंच, भव्य जोत्यावर देवळं उभी आहेत. कंदारिया महादेव हे देऊळ सर्वांत उजवं आहे. या एकाच देवळाच्या बाहेरच्या भिंतीवर सहाशे सेहेचाळीस आणि आत दोनशे सव्वीस मूर्ती आहेत. मूर्तींची उंची सर्वसामान्यत: अडीच ते तीन फूट आहे. ज्यांनी ही देवळं बांधली, देवतांची पूजा-अर्चा केली, त्या लोकांच्या सामाजिक, आर्थिक आणि धार्मिक जीवनाचं अत्यंत वेधक आणि चौफेर असं दर्शन आपल्याला आज होतं.

आदिवासींचे जथेच्या जथे पलीकडच्या देवाला ओल्यानं पाणी वाहून इकडंही येत होते. कुतूहलानं माना वर करकरून ही शृंगारदर्शक शिल्पं बघत होते, खिदळत होते, एकमेकांच्या पाठीवर थापा टाकीत होते. बायका पुन्हा वर बघतच नव्हत्या. खाली मान घालून दूर जात होत्या. खजुराहोच्या शिल्पांपैकी या मिथुन शिल्पांचीच प्रसिद्धी जास्त झाली आहे; पण एकूण शिल्पांपैकी फार थोडा भाग या शिल्पांनी व्यापलेला आहे. इतर जीवनाचा मोठा पसारा इथं मांडलेला आहे. यात देवदेवता आहेत. कौटुंबिक दृश्यं आहेत. राजघराणं आहे. खेळ आहेत. युद्ध आहे. संगीत आहे. नृत्य आहे. पाठशाळा आहे. उद्योग-व्यवसाय आहे. आकर्षण आहे, ते स्त्री-

पुरुषांतल्या शृंगारदर्शक शिल्पांत. वात्स्यायनानं कामसूत्रात वर्णन केलेल्या आसनाच्या शिल्पांत. आपल्या मनात भलंमोठं प्रश्नचिन्ह उभं राहत की, देवळासारख्या पवित्र वास्तूवर ही शिल्पं का म्हणून कोरली असतील?

आजवर अनेक अभ्यासकांनी आपल्या परीनं याची उत्तरं दिलेली आहेत; पण त्यातलं एकही पूर्ण समाधान करणारं नाही.

काही जण म्हणतात, तेव्हा शाक्त पंथाचा जोर होता. गुप्तपणे 'तंत्र' अभ्यासणारे लोक होते. मद्य, मांस इत्यादी त्यांचे पाच मकार आहेत. चंदेला राजवंश हा आदिवासींपैकी होता. म्हणून हा तंत्रमार्ग इथं दिसतो. काही म्हणतात, त्या काळच्या जीवनाचा एक भाग म्हणून शिल्पकारांनी हे घडवलं आहे. सुबत्ता होती, विलास होता. त्याचं हे दर्शन आहे. जे समाजात असतं, त्याचंच प्रतिबिंब कलांमध्ये पडतं.

कंदारिया महादेव

काही म्हणतात, हे स्त्रीपुरुष नाहीत; प्रकृतिपुरुष अशी प्रतीकं आहेत. काहीही असो. एकवाक्यता नाही. श्रेष्ठ कलाकृतीत काही गूढता, काही धुकं असतं, तशापैकीच हेही! पण एकूणच खजुराहोची ही शिल्पं आपल्याला विलक्षण असा आनंद देतात. ती पाहून आपण थक्क होतो.

इथं उभ्या मूर्ती फार दिसतात. खजुराहोच्या स्त्रिया उभ्या उभ्या डोळ्यात काजळ घालतात, पायाच्या तळव्यांना मेंदी लावतात, तळपायातला काटा काढतात, प्रियकराला पत्र लिहितात, भांगात शेंदूर भरतात, ओठांना रंग लावतात, कपाळाला कुंकू लावतात. खरं पाहिलं, तर कितीही लवचीक बांध्याची असली, तरी कुणी स्त्री

पायाच्या तळव्याला आळता उभ्या उभ्या लावणार नाही. कितीही उताविळी झाली, तरी पत्र लिहिण्याचं काम उभ्या उभ्या कोण उरकेल?

हेही आपण चालवून घेऊ; पण वात्स्यायनानं सांगितलेला शृंगार हे शिल्पकार जेव्हा उभाच्या उभा घडवतात, तेव्हा हे काही आक्रीत नव्हे, तर शिखराच्या उंचीशी सुसंवाद साधण्यासाठी या मूर्ती उभ्या आहेत, हे लक्षात येतं. निळ्याभोर आभाळाच्या दिशेनं झेप घेणाऱ्या या मेरुपर्वतासदृश शिखराची गती सतत, सर्वांगांनी ऊर्ध्वगामीच राखली पाहिजे, याचं भान हे प्रतिभासंपन्न शिल्पकार कसं बरं विसरतील?

खजुराहोचे तरुण स्त्री-पुरुष बेहोश होऊन आलिंगन देतात. नायिका मंद चांदण्यासारखं हसतात. दासी लाजून तोंड झाकून घेतात. इथल्या अप्सरा अंगावरचं वस्त्र मुद्दाम ढळू देतात. तरुण-तरुणी एकमेकांना डोळ्यांनी पिऊन टाकतात. देवदेवता प्रसन्न चेहऱ्यानं बघत असतात. सुंदरी मुरडतात.

बारकाईनं पाहत गेलं, तर शस्त्रांचे अनेक प्रकार दिसतात – नाना प्रकारच्या तलवारी, खंजीरं, गदा, भाले, धनुष्यबाण, ढाली, परशू.

वाद्यं अनेक प्रकारची आहेत. ढोल आहेत, कर्णे आहेत, बासरी आहे, डमरू आहे, वीणा आहे.

स्त्री-पुरुषांचे विविध पोशाख आहेत, केशरचना आहेत, पगड्या आहेत. अलंकारांची तर मोजदाद करता येणार नाही, एवढे प्रकार आहेत. पाची बोटांत अंगठ्या आहेत. फर्निचरचे अनेक प्रकार आहेत. छपाई केलेलं कापड आहे. हँडबॅग्ज आहेत.

खजुराहोचे लोक विशेषकरून रानडुकराची शिकार करताना आढळतात. हरणाची आणि मोराचीही शिकार होत होती.

असं हे खजुराहोचं पाषाणातलं जग आहे. प्रेम आणि द्वेष, सुख आणि दुःख, युद्ध आणि शांती, भक्ती आणि वैराग्य याचं केवढंतरी डोळे दिपवून टाकणारं दर्शन शिल्पकारांनी घडवलं आहे.

अनेक परदेशी प्रवाशांनी आपल्या प्रवासवर्णनात खजुराहोचा उल्लेख केला आहे. सातव्या शतकात यू एन त्संगला इथं अनेक बुद्धमठ आढळल्याचं तो लिहितो. खजुराहोच्या उत्तरेला आणि पूर्वेला जी ओसाडी, मातीचे ढीग पसरलेले आढळतात, ते बहुधा या मठांचेच असावेत.

त्या काळातल्या लोकांची करमणूक कोणती होती? नृत्य-संगीतासह नाटक होतं. कंदारिया, विश्वनाथ आणि लक्ष्मण या देवळांतली विस्तृत दालनं म्हणजे रंगशाळाच असाव्यात. खजुराहोच्या शिल्पातल्या नायिका अभिनयपटू आहेतच. त्यांच्या उभं राहण्यात नाट्य आहे. त्यांच्या चेहऱ्यावरचं स्मित, त्यांच्या हाताच्या मुद्रा, त्यांचे थरथरते ओठ आणि त्यांचे अर्थपूर्ण कटाक्षच सांगतात की, अभिनयगुणात

त्या फार निपुण आहेत.

नाटकातली पात्रं मुखवटे वापरत असावीत. महादेव देवळात नृत्यपथकातल्या एका पात्रानं जंगली प्राण्याचा मुखवटा घातलेला आहे. एका शिल्पात कोणी स्त्री समोर फलक ठेवून चित्र रंगवताना दाखविली आहे.

चित्रगुप्त देवळात दोन मल्ल लढताना दाखवले आहेत. दुलादेव देवळात एक पहिलवान वजन उचलतो आहे.

गप्पा मारीत बसलेल्या बायका, पुरुषही जागोजाग आढळतात. एका ठिकाणी तर टेबलाशी बसून दोन माणसं चर्चा करत आहेत.

दारू पिणाऱ्या ढेरपोट्या माणसांची शिल्पं अनेक ठिकाणी आहेत.

तेराशे पस्तीसमध्ये आलेला इब्नबतूता सांगतो की, 'खजुराहोला एक मैल लांबीचं तळं आहे. इथं जटाधारी योगी राहतात. उपासतापास केल्यामुळे यांचा रंग पिवळट दिसतो. अनेक मुसलमान लोक या योग्यांकडे मंत्रतंत्र शिकायला येतात.'

तूर्त खजुराहोला जटाधारी आणि भगवी वस्त्रं चढवलेले पुष्कळ परदेशी पर्यटक दिसतात.

ज्याला इतिहासात, शिल्पकलेत, वास्तुकलेत रस आहे; ज्याला भटकणं आवडतं, अशा कोणीही भारतीय माणसानं खजुराहो पाहिल्याशिवाय मरू नये.

■

'स्वराज्य' : मुंबई, पुणे : शनिवार ३१ मे १९८०

शोध

गेल्या फेब्रुवारी महिनाभर मी पाठीला हॅवरसॅक लावून मनमुराद भटकलो. कुठं कुठं जायचं आणि काय काय बघायचं, याची थोडीफार आखणी केली होती; पण भर होता, तो ऐन वेळी जमेल तिथं, जमेल तसे जाऊ, यावरच! पहिल्यांदा मी थेट जोधपूरला गेलो. राजस्थानात बघण्यासारखं बरंच होतं, पण मला ओढ होती, ती वाळवंट बघण्याची! मग मी एक भला टॅक्सीवाला गाठला आणि त्याचा वाटाड्यासारखा उपयोग करून जोधपूर ते जैसलमेर या वाळवंटी रस्त्यावरून फलोदीपर्यंत म्हणजे दीड-पावणेदोनशे किलोमीटर असा गेलो. ओसियनचं शेकडो वर्षांपूर्वी बांधलेलं सूर्यमंदिर पाहिलं. वाटेत चिंकारा जातीच्या हरणांचे कळप, जागोजाग आढळणारे मोर, चितूर पाहून चकित झालो.

या निर्दय वाळवंटात पाच शतकांपूर्वी जंभेश्वर नावाचा महात्मा होऊन गेला आणि त्यानं हिरवं झाड तोडू नये, प्राणिहत्या करू नये या दोन गोष्टींचा प्रसार करण्यात उभा जन्म घालवून उजाड होत चाललेल्या जमिनीला हिरवं वस्त्र नेसवण्याचं काम आपल्या अनुयायांमार्फत केलं. ही हकिकत अगदी नव्यानं मला समजली. ते इतिहासप्रसिद्ध खेजडी वृक्ष मी पाहिले. त्यांच्या सावलीत मी क्षणभर उभा राहिलो आणि त्यांच्या खोडाला हात लावून आतली स्पंदनं मला जाणवतात का, ते पाहिलं.

मी आणखीनही कुठंकुठं गेलो. खजुराहोला जाऊन मी ती भव्य मंदिरं पाहिली, कान्हा-किसलीच्या जंगलात गेलो आणि हत्तीवर बसून बरंच जंगल तुडवलं. ज्या भूमीवर पंधरा वर्षांपूर्वी जॉर्ज शेल्लर हा विख्यात प्राणिशास्त्रज्ञ पायी हिंडला आणि वाघांसंबंधी आजवर कुणाला माहीत नव्हत्या, त्या गोष्टी त्यानं जगासमोर मांडल्या, ती भूमी मी पाहिली. शेल्लरनं आपल्या निरीक्षणासाठी बांधून घेतलेली 'शेल्लर

हाईड' पाहून रोमांचित झालो. याच जागी रात्रीच्या रात्री जागवून त्यानं समोरच्या पाण्यावर आलेली वाघीण आणि तिचे चार बच्चे मोठे होताना पाहिले होते आणि त्यांची चरित्रं शब्दबद्ध केली होती.

मी कोणार्कचं ते भव्य सूर्यमंदिर पाहिलं आणि विद्याधर महापात्र या थोर शिल्पकाराच्या पायांवर लोटांगणं घेतली.

याच धावपळीत दोन दिवस काढून मला आंध्र प्रदेशातलं ते सुप्रसिद्ध 'कोलेर सरसु' हे पेलिकन पक्ष्यांचं हंगामी वसतिस्थान पाहायचं होतं. मी विजयवाड्याला आलो. दिवस दवडायचा नाही, म्हणून गाडीतून उतरताच बस-स्टेशनकडं धावलो.

सगळी बस-स्टेशनं सारखीच असतात. महाराष्ट्रातली काय, मध्य प्रदेशातली काय, ओरिसातली काय आणि आंध्रातली काय. प्रचंड गोंगाट, धावपळ, गर्दीचे लोंढे आणि बावरलेले चेहरे!

भाषा हे विनिमयाचं साधन आहे, ही गोष्ट आंध्र प्रदेशात हिंडताना फार पटते. विशेषत: खेड्यापाड्यांत तर तुम्ही गाढवच होता. काहीही समजत नाही, काहीही समजावून देता येत नाही.

विजयवाड्याच्या बस-स्टेशनवर कोणती गाडी कुठं जाणार आहे, हे तुम्हाला मुळीच कळत नाही. प्रत्येक बसच्या कपाळावर जाज्वल्य भाषिक अभिमान लिहिलेला होता आणि या लिपीचा मला गंधही नव्हता. मी निरक्षर होतो.

प्रवासी लोकांना मदत करणाऱ्या अधिकारी बाई वयानं प्रौढ आणि धिम्या वृत्तीच्या होत्या. जणूकाही आग लागली आहे, अशी धावपळ आणि गोंधळगर्दी असूनही त्या विचारलेल्या प्रश्नांना उत्तरं देत होत्या. त्यांच्या टेबलापुढं जाऊन मी फार निर्धारपूर्वक म्हणालो, "मला लेक कोलेरू या ठिकाणी जायचं आहे. कोणती गाडी तिथं जाते, हे मला कृपा करून सांगाल का?"

बाईंचा चेहरा प्रश्नार्थक!

"कोलेरू?"

"हो. KOLLERU. It is a big sweet water lake... Pelicans migrate there from distant lands, for nesting..."

बाईंनी आपल्या भाषेत सहकाऱ्यांशी चर्चा केली. मी पाठीवरचं ओझं सांभाळीत त्यांचे चेहरे बघत राहिलो. या पेलिकन पक्ष्यांच्या आणि त्यांच्या घरट्यांचा ठावठिकाणा यापैकी कोणाला नक्की ठाऊक नसावा. पक्षीच ते!

उत्तेजित, उंच स्वरात बरीच चर्चा झाली. मग आपसांतलं बोलणं संपवून बाई मला म्हणाल्या, "तुम्ही आकेविडू या गावाला जा. तिथून कोलेरूला जाता येईल.'

"आकेविडूची बस केव्हा सुटते?"

"ती काय, आता सुटेलच. पळा तुम्ही."

पळा, तर पळा.

घाईघाईनं जाऊन मी आकेविडूच्या बसमध्ये बसलो. बस भरली होतीच. यथावकाश सुटली.

मी आजतागायत रानात पेलिकन्स पाहिलेले नाहीत. आसाममधल्या काझिरंगा आणि मानस या जंगलात ते आढळतात, असा उल्लेख मी वाचलेला आहे; पण ही दोन्हीही जंगलं मी तुडवली आहेत. काझिरंगातले गेंडे, बारशिंगे पाहिले आहेत, भूतान सरहद्दीला लागून असलेल्या मानस नदीकाठचं सुंदर जंगलही मी हिंडलो आहे. तिथली सोनेरी वानरं पाहिली आहेत, पण पेलिकन पक्षी मला तिथं आढळले नाहीत.

एकोणीसशे साठ साली के. के. नीलकंठ यांनी आंध्र प्रांतातली सर्वांत मोठी पेलिकन वसाहत शोधून काढली आणि त्यांनी दिलेल्या माहितीप्रमाणे ए. पी. गी हे निसर्गप्रेमी गृहस्थ ही कॉलनी पाहायला निघाले. एकोणीसशे साठ साली जानेवारी महिन्यात ते कोलकात्याहून मद्रास मेलनं निघाले आणि तालेपल्लिगुडम् या जागी उतरले. पेलिकन पक्ष्यांची वसाहत असलेली दोन खेडी अरेदू आणि कोलमारू ही तिथून बारा आणि पंधरा मैल अंतरावर होती. तिथल्या लहानशा रेस्ट हाउसमध्ये गी राहिले आणि त्यांनी पक्षी पाहिले. त्यांची अनेक छायाचित्रं घेतली. फिल्म घेतली. गींनी म्हटलं आहे : 'मला वाटतं, भारताच्या पेलिकन पक्ष्यांची छायाचित्रं घेणारा मी पहिला मनुष्य आहे.' गींना हे सर्व दृश्य फारच चकित करणारं वाटलं. फक्त तेलगू भाषाच येणाऱ्या लोकांनी गींना सांगितलं की, नोव्हेंबर महिन्यात भारताच्या चोहो दिशांनी हे पक्षी इथं येतात. त्यांचा आम्हाला काही त्रास नाही. आमचे ते पाहुणे आहेत.

दुसऱ्या दिवशी मात्र गींच्या जवळ असलेले कॅमेरे, तिकाटणं, आयती कापडाची तयार काढलेली दडण हे सगळं बघून खेडूत लोकांना संशय आला. गी यांच्याबरोबर असलेल्या फॉरेस्ट रेंजरला ते म्हणाले, "हे साहेब पाखरांचं रक्त काढून न्यायला आलेत."

रेंजर म्हणाला, "अरे, येडे काय तुम्ही! मोठे साहेब आहेत हे! आपल्या देशातल्या वन्य पशुपक्ष्यांचं रक्षण करण्यासाठी एक पंचायत आहे नेमलेली सरकारनं. त्या पंचांपैकी एक आहेत हे. यांचा फार उपयोग होईल तुमच्या गावाला."

रेंजरसाहेबांनी बरंच समजावून सांगितल्यावर लोकांना पटलं आणि त्यांनी साहेबांना फार मदत केली.

कोलमारू खेड्याजवळच्या कॉलनीमध्ये गींना एकूण पंधराशे घरटी आढळली.

दोन चौरस मैलांत पसरलेली भातखाचरं होती. या पिकांना कॅनॉलचं पाणी होतं. बांधावर जी झाडं होती, त्यावर पेलिकन पक्ष्यांनी घरटी केली होती.

भरतपूरच्या पक्षी अभयारण्यात जसा पाखरांचा सतत चाललेला गोंगाट ऐकू येतो, तसाच आवाज चांगला अर्धापाऊण मैलपर्यंत ऐकू येत होता. जवळ गेलं की, नाना तऱ्हांचे आवाज ऐकू येत. पंखांचा फडफडाट, विव्हळणं, डुरडुर आणि मचमच हे सगळे आवाज गी साहेबांनी ध्वनिमुद्रित केले.

चांगलंसं घरटं बघून फोटो घ्यावेत म्हणून साहेब सावकाश, बघत-बघत चालले असताना एकदम कुणीतरी टाळ्या वाजवल्या.

साहेबांनी मागं वळून कॅमेरा वगैरेची ओझी वागवत येणाऱ्या रोजगारी पोरांना दटावलं, "चूप चला रे, पाखरांना बुजवू नका आवाज करून!"

तर पोरं बावरून एकमेकांच्या तोंडाकडं बघत राहिली. त्यांनी टाळ्या वाजवल्या नव्हत्या! जराशानं साहेबांच्या ध्यानात आलं की, या मोठमोठ्या पक्ष्यांतला एखाददुसरा पक्षी अचानक खाली दबत होता. डोकं मागं करून चोच उघडत होता आणि जोरजोरानं टाळ्या पिटल्यासारखा आवाज काढत होता.

का बरं? तर काही ठाऊक नाही!

पक्ष्यांच्या आणि प्राण्यांच्या बाबतीत बऱ्याच गोष्टी आपल्याला माहीतच नसतात.

पेलिकनच्या चोचीला मोठी झोळी असते. ही झोळी ताणली गेली, म्हणजे पेलिकनची चोच त्रिकोणी दिसते. या झोळीत पोटापेक्षा जास्ती अन्न पेलिकनला सामावता येतं. पाण्यातले मासे पकडताना या झोळीचा पेलिकनला झेलणीसारखा उपयोग होतो. ही मोठी मोठी पाखरं पाण्यात उतरून घोळक्यानं जेव्हा खोलातले मासे उथळ पाण्याकडे हाकून नेतात, तेव्हाही या चोचींचा त्यांना फार उपयोग होतो.

पोरांना खायला घालणं हा कार्यक्रम फार पाहण्यासारखा असतो. थोडंसं पचलेलं असं अन्न, म्हणजे मासे पोरांना भरवले जातात. आभाळातून येऊन पेलिकन फांदीवर उतरतो. काही वेळ फांदी झोके घेत राहते. मग हा घरट्याकडे जातो आणि एक-दोन उचक्या देताच पोटातलं अन्न झोळीत येतं. कांगारूचं पोर जसं आईच्या पोटातल्या पिशवीत शिरतं, तसंच पेलिकनचं पोर खाता खाता या झोळीत शिरून दिसेनासं होतं. एकाच बाभळीच्या झाडावर बारा-पंधरा घरटी असतात. चळवळी पोरं सारखी मिसळत असतात. कोण कोणत्या घरातलं, हे पाहाणाऱ्यालाही कळत नाही. आईबापांना मात्र बरोबर कळतं. अन्न घेऊन माघारी आल्यावर ते नेमकी आपली पोरं शोधून त्यांनाच खाऊ घालतात.

हे आईबाप पोरांची फार काळजी घेतात, असं समजलं जातं; पण गी साहेबांना दिसलं की, अनेक पोरं घरट्यातून खाली पडतात आणि वरून पडणाऱ्या अन्नाच्या

उष्ट्या तुकड्यांवर जगतात. काही मरून जातात, काही कोल्ह्याकुत्र्यांकडून खाल्ली जातात, काही थोडी जगतात. एकवार घरट्यातून खाली पडल्यावर आईबाप त्यांच्याकडं पाहत नाहीत. ते आपल्या पोरांना विसरून जातात.

एरवी दिसायला पेलिकन हा कुरूप, अवजड असा पक्षी आहे; पण एकदा का पंख पसरून तो उडाला की, सुरेख दिसतो. गिधाडं जशी आभाळात उंच अशी गोल गोल फिरत राहतात, तसे पेलिकन फिरतात आणि मध्येच एखादा केवळ आनंद म्हणून हवेतच कसरतीचे खेळ करू लागतो.

या वसाहतीत कावळ्यांची, घारींचीही गर्दी असते. पेलिकननी मिळवून आणलेल्या शिकारीतले तुकडेताकडे उचलण्यासाठी यांच्या भराऱ्या सुरू असतात.

वर्षाकाठी पाहुणे म्हणून येणाऱ्या या पाखंरांचं खेडूत मंडळी स्वागत करतात आणि त्यांना सांभाळतात. ते आपलं काम आहे, असं त्यांना वाटतं. राजस्थानातले बिश्नोई लोक नाहीत का आपल्या गावाभोवतालचे प्राणी-पक्षी सांभाळत, तसेच आंध्रमधले हे खेडूतही पेलिकन्सना सांभाळतात.

गीसाहेबांनी पाहिलेली ही पेलिकन पक्ष्यांची वसाहत मला पाहायची होती. तिथं गुपचूप झाडाखाली किंवा झाडावर बसून मी माझ्या वहीत अनेक रेखाटनं करणार होतो, टिपणं घेणार होतो. जमेल तसा पुन:पुन्हा इथं येणार होतो आणि मराठीत त्यावर एक छानसं पुस्तक लिहिणार होतो.

मी फार आनंदून गेलो होतो. पक्षिजीवनातलं केवढंतरी भव्य नाट्य मला पाहायला मिळणार होतं.

आकेविडू या गावच्या दिशेनं गाडी भन्नाट पळत होती. शेती, कालवे, ताडाची चित्रमय झाडं भराभरा येत होती, मागं पडत होती. अधूनमधून गाडी थांबत होती. उतारू उतरत होते, नवे चढत होते.

संध्याकाळी सहाच्या सुमाराला आकेविडू आलं.

गाडी उभी राहिली. हॅवरसॅक घेऊन मी उतरलो. डाव्या-उजव्या बाजूला दरिद्री दुकानं, हॉटेलं. माणसांनी ओसंडून जाणारा रस्ता. लगोलग माझ्याभोवती सायकल-रिक्षावाल्यांचा गराडा पडला.

मी गोंधळून गेलो.

हिंदी कुणाला कळत नव्हतं. रिक्षावाल्यांपैकी एकाला थोडं कळत होतं.

"मला कोलेरूला जायचं आहे."

"कोलेरू?"

"हां."

"मोटारबोटनं जावं लागेल."

"कुठून?"

"चला, मी नेतो. एक रुपाया द्या."

"चल."

गलिच्छ झोपड्या, मातीचे ढीग, घाण पाण्याची डबकी ओलांडत आम्ही पाण्याच्या काठी आलो. हा पाण्याचा प्रवाहही गलिच्छच होता. दहा-बारा मोटारबोटी पाण्याच्या काठाशी लागलेल्या. गर्दीतून वाट काढीत रिक्षा एका बोटीशी जाऊन उभी राहिली.

डगरीवरून उतरून, पालात टेबल टाकून मी तिकिटं विकणाऱ्यांपाशी गेलो. तिकीट विकणाऱ्याला इंग्रजी येत होतं.

"मला कोलेरूला जायचं आहे."

"तीन रुपये."

"किती वेळ लागतो पोहोचायला?"

"तीन तास."

"तीन तास?"

"हो."

मी या भागात नवा होतो आणि गोंधळून गेलो होतो, हे बहुधा माझ्या चेहऱ्यावरून याला वाचता आलं होतं.

सफाईदार इंग्रजीत बोटवाल्यानं मला विचारलं, "सर, तुम्ही कुठून आला?"

पुण्यापेक्षा मुंबई सर्वांना माहितीची असते. म्हणालो, "मुंबईहून."

"वाटलंच. कोलेरूला तुम्ही कशासाठी जात आहात?"

"पेलिकन पक्ष्यांची कॉलनी पाहायला."

हा काळ्या वर्णाचा, प्रौढ वयाचा, उंच आणि शिडशिडीत असा माणूस होता. तो हताश झाला. म्हणाला, "तुम्हाला तीन तास लागतील तिथं पोहोचायला."

"रात्री राहण्याची काही व्यवस्था तिथं आहे का?"

"दोन मैल चालून गेलात, तर एक देऊळ आहे. देवळाची व्यवस्था पाहणाऱ्या लोकांना विनंती केली, तर ते जागा देतील."

मी फार विचारात पडलो. सहा वाजले होते. तीन तास, म्हणजे रात्री नऊ वाजता मी पोहोचणार होतो. तिथून पाठीवर हॅवरसॅक घेऊन दोन मैल चालायचं, म्हणजे आणखी एखादा तास लागला असता. दहा-साडेदहाला कुठल्यातरी अनोळखी

देवळात जाऊन मी पडलो असतो.

"का हो, तिथं सकाळी मला हे पेलिकन पक्षी बघायला मिळतील का?"

बोटवाला मान नकारार्थी हलवून म्हणाला, "काही सांगता येत नाही!"

आता पुढं काय?

मग मी त्यालाच विचारलं, "तुमचा सल्ला काय आहे?"

तो म्हणाला, "सर, माझं म्हणणं आहे की, तुम्ही रात्रीच्या वेळी जाऊ नका. रात्री इथं आकेविडूला राहा आणि सकाळी पहिल्या बोटीनं निघा. अगदी पहाटे चारला आलात, तर मी तुम्हाला तिकडं पाठवतो."

"इथं राहायला ठिकाण आहे?"

बोटवाला हसला. म्हणाला, "हे काही शहर नाही साहेब. लहान गाव आहे. तुम्ही बसमधून उतरला ना, तिथं एक लॉज आहे. गोड मानून रात्रभर तिथं राहा."

मी रिक्षा अजून ठेवली होती. तो हाफपँट घातलेला पोरगा मोठा चटपटीत होता. त्याला थोडं हिंदी कळत होतं. बोटवाल्यानं त्याला सगळं समजावून सांगितलं आणि मी लॉजवर आलो.

खाली हॉटेल, किराणा मालाचं दुकान, विडीकाडीचं दुकान, सायकल दुकान आणि वर खोल्या असं लॉज होतं. एका पोरानं मला खोली उघडून दिली. या लहानशा खोलीत कॉट होती, मच्छरदाणी नव्हती. पाणी, समोरच्या गलिच्छ अशा डबक्यातून आणलं जात होतं. ते येताना मी पाहिलंच होतं. कावडीला जर्मन सिल्व्हरची दोन मोठी डेचकी लावलेली होती आणि हॉटेलचा पोऱ्या तळ्यातून आणलेलं हे पाणी हॉटेलात भरत होता. लोक सारखं तोंड बाजूला करून थुंकत होते. हत्तीरोगानं हैराण झालेले अगडबंब पायांचे तीन-चार लोक बस जिथं थांबते, तिथंच मी पाहिले होते. एक हमाल होता, एक झाडूवाला होता आणि एक कोण होता, त्याचा धंदा मला कळला नाही.

या सगळ्या पार्श्वभूमीवर मला रात्र फारच भयाण वाटत होती. खोलीच्या भिंतीवर आणि छतावर नाना जातींचे डास बसलेले मी पाहिले. इथं असेपर्यंत पाण्याचा थेंबही तोंडात घ्यायचा नाही, असं मी ठरवून टाकलं. पाणी नाही आणि जेवणही नाही. केळी खावी म्हणून पाहिलं, तर हे गाव इतकं गरीब होतं की, आंध्रात इतरत्र सहज दिसणारं हे फळ तिथं मुळीच दिसलं नाही. केळं नाही, शहाळंही नाही. उकडलेल्या शेंगा होत्या; पण त्या कोणत्या तरी तळ्याच्याच पाण्यात उकडलेल्या असणार, या विचारानं त्या मला खाऊ दिल्या नाहीत.

सुदैवानं माझ्याजवळच्या पाण्याच्या बाटलीत चांगलं पाणी होतं. नेहमी मी जवळ ठेवतो, तसा एक बिस्किटांचा पुडा होता. सुकी फळं होती. झोपेच्या गोळ्या

होत्या आणि आत शिरून झोपायची पिशवीसुद्धा होती.

भकास मनानं मी माझ्या खोलीसमोरच्या गॅलरीत उभा होतो. समोर घरांची कौलारू छपरं तेवढी दिसत होती. अंधारून आलं होतं. वीज गेली होती. एक पोरगा आला आणि खोलीत मेणबत्ती लावून गेला. माझ्या शेजारच्या खोलीतला प्रवासी लुंगी लावून बाहेर येऊन उभा राहिला.

त्यानं विचारलं, ''तुम्ही कुठले?''

''मुंबई.''

''मी कोलकात्याहून आलो. काय गाव हो हे! पाणी नाही चांगलं, अन्न नाही. लॉज हे असलं! कुठं येऊन पडलो, असं झालंय.''

तो हिंदीत बोलत होता. फार हताश होऊन म्हणाला, ''इथं आपली भाषाही कुणाला कळत नाही.''

''होय.''

''तुम्ही व्यापारी का कुठल्या कंपनीचे एजंट?''

आता याला मी काय सांगणार? म्हणालो, ''मी सुट्टी घेऊन देश बघायला बाहेर पडलो आहे!''

तो चकित झाला.

''या गावात काय आहे बघायला?''

''पक्षी आहेत. इथून जवळपास कोलेरू नावाचं मोठं तळं आहे. तिथं पेलिकन पक्षी वस्तीला येतात, घरटी घालतात, अंडी घालतात. मोठी वस्ती आहे त्या पाखरांची इथं. ती बघावी, म्हणून मी आलो आहे. तुम्ही?''

''माझा कोलकात्याला माशांचा व्यापार आहे. गोड्या पाण्यातले मासे तिकडं मागवता येतील का बघावं, इथल्या मुसलमान कोळ्यांना भेटावं, म्हणून आलो आहे.''

''प्रथमच आलात का इथं?''

''हो.''

''तुम्ही इथल्या कोळ्यांना केव्हा भेटणार आहात? मला या पक्ष्यांबद्दल काही माहिती कदाचित कोळ्यांकडून मिळेल.''

''चार जणांना मी इथंच भेटायला बोलावलंय. नऊ वाजता येतील. ते आले की, तुम्हाला सांगतो.''

तास-दीड तास अवकाश होता. मी बाहेर उभा होतो, तो आत जाऊन पडलो. स्लीपिंग बॅगमध्ये शिरलो.

झोप लागली.

सुमारे दहाच्या सुमाराला शेजारच्या खोलीतून मोठमोठ्यांदा बोलण्याचे आवाज ऐकू येऊ लागले. ते कोळ्यांचेच असावेत. माझा शेजारी, कोलकातावाला मला बोलवायला विसरला असावा.

दरम्यान, केव्हातरी वीजही आली होती.

मीच उठून त्या खोलीत गेलो.

मच्छीमारीचा व्यवसाय करणारे तीन लोक आले होते. त्यांना कोलेरू माहीत होतं. पेलिकन माहीत नव्हते. तुम्ही पेलिकन पक्षी कुठं पाहिलेत का, असं मी विचारल्यावर ते म्हणाले, ''कसला असतो?''

''मोठा पक्षी असतो पाण्यात पोहणारा; मासे खातो. त्याच्या गळ्याला झोळी असते.'' पेलिकनचं असं शब्दचित्र मी रेखाटल्यावर प्रकाश पडल्याप्रमाणे एक जण उल्हसित आवाजात बोलला, ''हां हां साब, बचपनमें देखा है!''

बचपनमें? हा आता चाळिशीला आला होता. याचं बालपण म्हणजे वीस-पंचवीस वर्षांपूर्वीचा काळ! तेव्हाच तर ए. पी. गी या निसर्गवेत्त्यानं हे पक्षी पाहिले होते.

मी विचारलं, ''अलीकडे कधी तुम्ही किंवा तुमच्यापैकी कोणी पाहिलेत का?''

सगळ्यांनी नकारार्थी माना हलवल्या.

मला डॉ. सलीम अलींशी झालेलं संभाषण आठवलं. पुण्याला त्यांची माझी भेट जेवणाच्या टेबलावर झाली होती. मी त्यांना म्हणालो, ''ए. पी. गी यांनी कोलेरूला पंधराशे घरट्यांची जी पेलिकन कॉलनी पाहिली होती, तिथं जाण्याची माझी फार इच्छा आहे.''

तेव्हा ते मला म्हणाले होते, ''तिथं आता काही उरलेलं नाही.''

खरंतर त्यांनी सांगितलेल्या या बातमीवर विश्वास ठेवून मी इकडं येण्याचा खटाटोप करायला नको होता, पण त्यानंतरही मी ठिकठिकाणच्या ट्रॅव्हल गाइडमध्ये, इथं-तिथं वाचत होतो की, कोलेरूला पेलिकन पाहायला मिळतात.

पंधराशे नसतील, पण तळ्याकाठी एखाद्या बाभळीच्या झाडावर मला चार-सहा घरटी तरी दिसतील, असं मला वाटलं. 'गेले, नाहीसे झाले, असं म्हणता म्हणता सोलापूर जिल्ह्यात माळढोक पक्षी नाही का दिसले? तसे पेलिकन्स मला का नाही दिसणार?'

ते मच्छीमार म्हणाले, ''साब, तुम्ही आमच्याबरोबर मशिदीत येता का, तिथं एक म्हातारा शिकारी आहे. तो बरोबर माहिती देईल.''

आता इतक्या रात्री मशिदीतला म्हातारा शिकारी शोधायला बाहेर पडण्याची माझी इच्छा नव्हती. पेलिकनचा झाला एवढा शोध पुरे होता.

झोपण्याआधी मी लॉजच्या पोरापाशी चौकशी केली, ''विजयवाड्याला जायला गाडी केव्हा आहे?''

तो म्हणाला, ''सहा वाजल्यापासून प्रत्येक तासातासाला गाडी विजयवाड्याला जाते.''

कोलेरूला न जाता आता माघारी जाण्याचा निश्चय मी केला.

छतावर डासांचे पुंजके बसून होतेच. तोंडाला ओडोमास चोपडून मी झोपेची एक गोळी घेतली आणि देवा, भगवान म्हणून पिशवीत शिरलो.

सकाळी भल्या पहाटे जाग आली. वीज नव्हतीच. बॅटरीच्या उजेडात भराभरा सारं सामान आवरलं. चहापाण्याचा प्रश्न नव्हताच. झोपेतून जागं करून पोरापाशी बिल दिलं. गॅलरीज, जिन्याजवळच्या जागेत नाना प्रकारची माणसं झोपलेली होती. उघडीवाघडी, आडवीतिडवी, दाढीवाली, जटावाली, अपंग, पाय-सुजकी!

खाली उतरून मी बसची वाट पाहत उभा राहिलो. तो कालचा रिक्षावाला आला आणि सलाम करून हसत उभा राहिला.

मी त्याला म्हणालो, ''अरे बाबा, विजयवाड्याला जाणारी बस आली, म्हणजे मला सांग. कारण मला तुमची लिपी वाचता येत नाही आणि हा बोजा उचलून गाडीत ठेव. एक रुपया देईन.

हा पोरगा नुसता रिक्षावाला नव्हताच. हरकामी ठेकेदार होता. तो बसच्या टपावर सामान चढवायला मदत करत होता. सामान उतरवायलाही मदत करत होता. मध्येच त्यानं कोणा व्यापाऱ्याची हिरव्या मिरच्यांनी भरलेली चार पोती उतरवली. ती राखत बसला. एक पोतं थोडंसं फाटलं होतं, त्यातून मिरच्या गळत होत्या. यानं चांगल्या ओंजळभर काढून घेतल्या आणि आपल्या विजारीच्या दोन्ही खिशांत घातल्या. मग शेजारी जाऊन दाभण-सुतळी घेऊन आला आणि बंदोबस्तानं त्यानं ते फाटकं पोतं शिवून टाकलं.

बऱ्याच वेळानं व्यापारी आपला माल घेऊन आला आणि एकामागून एक पोती त्यानं हलवली.

मी उभा राहून कंटाळलो. हॅवरसॅक धुळीत टेकवून त्यावर बसलो. कुठून कुठून बस येत होत्या, थांबत होत्या, जात होत्या. आठ, नऊ, दहा वाजले, तरी सहा वाजल्यापासून तासातासानं असलेली विजयवाड्याला जाणारी एकही बस आली नाही. अकरा वाजता आली. मला कळलं नाहीच. रिक्षावाला धावत आला. सामान चढवून, सलाम ठोकून गेला. बस सुटली.

तीन वाजण्याच्या सुमाराला या जलद बसनं मी विजयवाड्याला आलो.

‘तिलोत्तमा’ नावाच्या लॉजवर जाऊन अंघोळ केली, जेवलो आणि झोपलो. अजून एक गोष्ट राहिली होती. इथल्या स्टेट इन्फर्मेशन ऑफिसमध्ये जाऊन मला कोलेरूसंबंधी चौकशी करायची होती. एकोणीसशे त्र्याहत्तर साली छापलेल्या, टूरिस्ट मॅप ऑफ आंध्र प्रदेश या भारत सरकारतर्फे प्रसिद्ध झालेल्या नकाशात कोलेरू लेकसंबंधी बरीच माहिती होती. घोळक्यानं पोहणाऱ्या सात पेलिकन्सचं रंगीत छायाचित्रही होतं. चमत्कारिक वेळी हे माहिती-केंद्र उघडत, बंद होत होतं. म्हणून मी पाटीवरच्या वेळा वाचून मग गेलो.

अधिकारी बरे होते, पण त्यांनी मला या टेबलावरून त्या टेबलाकडे फिरवलंच. शेवटच्या टेबलावरचा माणूस म्हणाला, “मी सात दिवसांपूर्वीच जाऊन आलो. मला पक्षी आढळले नाहीत.”

“म्हणजे मी नेमक्या ठिकाणी गेलो, तरीही मला काही दिसणार नाही?”

“नाही.”

“नक्की? मग मी पुन्हा प्रयत्न करू नको?”

सरकारी अधिकाऱ्यासारखं हसून ते म्हणाले, “प्रयत्न करू नका, असं मी सांगणार नाही. कदाचित आम्हाला ठाऊक नाही, ते ठिकाण तुम्हाला दिसेलही!”

मी प्रयत्न केला नाही. पुण्याला आलो.

अलीकडेच मला कळलं की, वेस्ट गोदावरी या जिल्ह्यात कोलेरू हा विशाल जलाशय आहे. एकूण दोनशे साठ चौरस मैल एवढं त्याचं क्षेत्र आहे आणि या जलाशयाच्या काठावर एकूण बहात्तर खेडी आहेत. मी जर पुणे ते विजयवाडा, विजयवाडा ते कैकलूर आणि तिथून साडेचार मैल टांगा किंवा रिक्षा करून भुजबल-पट्टनम् या गावी गेलो, तर तिथले त्रिविक्रम शास्त्री नावाचे एक उत्साही शिक्षक मला पेलिकन कॉलनी दाखवतील.

माझा काही भरवसा नाही. एखाद्या नोव्हेंबरात उठून मी अस्तित्वात नसलेल्या या पक्ष्यांच्या कॉलनीच्या शोधासाठी जाईनही.

■

कवडसे : दिवाळी वार्षिक : १९८०

मगर आणि वानर

उंचावर बांधलेल्या सुंदर बंगलीच्या व्हरांड्यात बसलं की, समोरचा सगळा तलाव दृष्टीच्या घोटात घेता येई.

हिराडोटसनं सांगितलेल्या इतिहासात पर्शियाचा राजा झेरक्सेस आपला सेनासागर एका दृष्टिक्षेपात पाहण्यासाठी संगमरवरी सिंहासनावर जसा बसला होता, तसं इथं बसता येई. पाच किलोमीटर व्यासाचा तलाव म्हणजे साक्षात सौंदर्य होतं. क्षणाक्षणाला तो नवं रूप घेई. कधी भिंगासारखा लखलखे, तर कधी निळं आभाळ पांघरे. कधी पश्चिमेचे लाल रंग याच्यात मिसळत, तर कधी सगळा विस्तार गर्द हिरवी-निळी शाई होई. कधी रुपेरी चमचम, तर कधी काठावरच्या घनगर्द झाडीच्या तरल झुळझुळीत छायेची चौफेर झालर आणि मध्ये शुभ्र ढगांसहित आभाळरंग!

सारखं रूप बदलत राही, तसे नाना आवाजही होत. किलकिल्या खंड्या उंच आभाळात जाऊन धपक्कन पाण्यात पडे आणि मासा उचलून उडे, तेव्हा वर्तुळं उठत, पसरत आणि विरून जात. घोटासाठी मासोळ्या नाकं वर काढत. बुडबुडे निघत आणि तत्काळ विरून जात. संध्याकाळी मंद वारा सुटे आणि लहान लाटा काठाशी थटून चुबुक् चुबुक् असा आवाज होई. बदकाचा थवा एकदम उडाला की, वेगळा आवाज होई आणि आभाळातून थवा पाण्यात उतरे, तेव्हा वेगळाच आवाज होई.

देव ताडोबा तळ्याच्या काठाशी राहत होता. चिंचेच्या प्रचंड बुंध्याच्या आधारानं त्याची वस्ती होती. काथोडी किंवा वानरं जशी छपराखाली राहायला राजी नसतात, तसाच हाही नसावा. झाडाचा निवारा त्याला पुरेसा होता. देवाची पाठ पाण्याकडं होती. लालभडक रंगाचा, शेंडी उभा असा हा देव दिसायला उग्र होता. त्याच्या

पुढ्यात काळेकरडे त्रिशूळ, बाण रोवलेले होते.

हा एरवी माझ्या दृष्टीला पडलाही नसता. पण एकवार सकाळी-सकाळी डफड्याची घाई आणि त्याबरोबर ऐकणाऱ्याचा थरकाप व्हावा, अशा आरोळ्या ऐकू आल्या. बंगलीच्या उजव्या बाजूला, पार खाली जी गर्द झाडी होती, तिकडून हा आवाज येत होता. काय आहे, ते तरी बघू, म्हणून उताराची वाट चालून खाली गेलो, तर देवाला जत्रा लोटली होती. बाया-बापड्या, पोरंटोरं, बाप्ये असा घोळका पायी चालत, काही बैलबंडी उडवत असा नवस फेडायला आला होता.

मी जाऊन देवाच्या पायरीशी बसलो. पोलादी शरीराचा एक आदिवासी देवाकडं टक लावून पाहत पाठमोरा उभा होता. डोईला काही नाही, अंगात काही नाही. कमरेला तेवढं धोतर. एक जण ढोलकं बडवीत देवाच्या शेजारी बसला होता. दंग होऊन वाजवत होता.

समोरचा लालभडक देव. सारखी ढोलक्यावर टिपरी आणि प्रतिस्पर्ध्याला रणात आव्हान देताना उठतात, तशा आरोळ्या! धूपाचा आणि कापराचा वास. बघता बघता ढोलक्याचा ठेका धमन्यांत शिरून तो पाठमोरा आदिवासी नागासारखा डोलू लागला, घुमू लागला. तत्काळ पुढं होऊन कोणी त्याच्या डोईला रुमाल बांधला. आता त्याच्या अंगात वारं आलं होतं. तो देव, तो ठेका, तो वास आणि त्या आरोळ्या ऐकून कुणाच्याही अंगात आलं असतं. मी फारच पोशाखी बनलो होतो. एरवी माझ्यासुद्धा आलं असतं.

एखाद्या विचारवंताला क्रांतिकारी विचार स्फुरतो. कलावंताला कलाकृती स्फुरते, कवीला काव्य स्फुरतं, त्या क्षणी त्याच्या अंगातच येत नाही का? हा संचार संपला की, ती चार माणसाप्रमाणं सामान्य माणसंच नसतात का? जंगलात ठाण मांडून तळं राखीत बसलेला हा देव आदिवासींनी जन्माला घातला होता. इतिहास काय होता, कोण जाणे! आज त्याची खतमाती होऊन तिथं दैवतकथा उगवली होती.

एकदा म्हणे नवलग्न झालेली नवरा-नवरी नात्यागोत्यातल्या माणसांसकट या जंगलातनं चालली होती. कडक उन्हाळ्याचे दिवस होते. नवरा-नवरी घोड्यावर होती. बाकी लोक चालत होते. वाटचालीनं सगळे थकले. तहानेनं व्याकूळ झाले, पण पाणी कुठं भेटलं नाही. कोरड्या ओढ्याओघळीच्या वाळूत झरे खोदून पाहिले. पाणी लागलं नाही. मग प्रत्यक्ष नवरामुलगाच हातात कुदळ घेऊन देवाचा धावा करत खणू लागला. त्यानं पार शेषाची टाळू लागेपर्यंत कुदळ चालवली आणि एकाएकी पाण्याचा लोंढा जमिनीतनं उसळून वर येऊ लागला. धोधाट लोंढा असा वाहू लागला की, त्यात अख्खं वऱ्हाड, तो नवरदेव, ती नवरी, घोडी, बैलबंड्या सगळं वाहून गेलं. चहूकडं अपरंपार पाणी झालं.

ते हे पाणी आणि हा तो नवरदेव.

त्याला दोन फूट उंचीचे दोन सुरेख मातीचे घोडे वाहिले होते. एक मोठा होता, एक जरा धाकटा होता. पांढऱ्या रंगाचे, आतून पोकळ असे हे घोडे म्हणजे आदिवासी कलेचा उत्तम नमुना होते. हे घोड्यासारखे घोडे नव्हते, पण कलाकाराला स्फुरलेले घोडे होते. त्यांच्या अंगावर नाना अलंकार होते. आत्ता आलेल्या भक्तांनी पिवळ्या केशरी रंगाचे कापड फरारे म्हणून आणलं होतं. ते वस्त्र घोड्यांनाही मिळालं होतं. तांबडा देव, काळे त्रिशूळ, पांढरे घोडे आणि केशरी फरारे.

हे घोडे म्हणे दर तीन वर्षांनी नवे करायचे. म्हणजे जुन्या घोड्याची माती भिजवून पुन्हा मळायची. जुनं मोडून नवं करायचं.

इथलं पाणी माडिया आदिवासींचं तीर्थ आहे. हे पाणी आदिवासी घेऊन जातात आणि आपल्या उगवून आलेल्या पिकांवर शिंपडतात. यामुळे पिकांवर रोगराई येत नाही; ती जोमानं वाढतात, अशी त्यांची श्रद्धा आहे. श्रद्धेचाच भाग म्हणून एक कोंबडा देवाला दिला गेला.

विषाचा प्याला घेऊन मरणशय्येवर पडलेल्या सॉक्रेटिसचे शेवटचे शब्द होते, ''अरे क्रीटो, देवाला कोंबडा द्यायचा राहिला. तेवढा दे, विसरू नकोस.'' घाव भरून आला की, देवाला कोंबडा द्यायचा असतो, हे सॉक्रेटिसच्या ध्यानात होतं.

Death is the cure for life.

रात्री अंथरुणावर पडलो, तेव्हाही डोक्यात डफडं वाजत होतं. आदिवासींच्या

युद्धआरोळ्या ऐकू येत होत्या. तळ्याच्या पार पलीकडच्या टोकाला चितळ धोक्याचे इशारे देत होतं. फार दुरून वाघही ऐकू आला. हा कुठंतरी दृष्टीला पडावा, म्हणून संध्याकाळी सात ते रात्री अकरापर्यंत आम्ही मोटार पिटाळली होती. आधी तळ्याभोवती गोलाकार असलेल्या पाच किलोमीटर रस्त्यावर हिंडलो. सर्च लाइटच्या झोतात प्रचंड मोठे गवे तळ्याकाठच्या हिरवळीवर चरताना दिसले. नर, माद्या, पोरं. मग पाण्यावर कांचनमृगांचा मोठा कळप दिसला. किर्र अंधार! प्रकाशाचा झोत झटकताच हिरवीनिळी रत्नं उजळावीत, तसे कांचनमृगांचे डोळे दिसत. मग अंगं. शिंगांचा डौल दाखवत उभा असलेला नर, भीतीनं शरीरं आकसून घेतलेल्या माद्या आणि कान उभारून पाहणारी चकित शावकं! काही काळी सांबरं दिसली. नीलगाई दिसल्या. ससे दिसले. एक ऊदमांजरसुद्धा दिसलं. वाघ किंवा बिबळ्या मात्र दिसला नाही.

मग आम्ही तळ्याचा काठ सोडला आणि जंगलातले रस्ते धुंडाळले. रस्त्याच्या बाजूला किंवा क्वचित रस्ता ओलांडताना वाघ दिसेल, असं वाटलं होतं; पण नाही दिसला. आता हा पलीकडे कुठं ओरडत होता. तळ्याच्या आसमंतात फेरी घेत असावा. आज नाही दिसला, उद्या दिसेल. अगदी ब्राह्म मुहूर्तावर उठून तळ्याभोवती परिक्रमा करावी, असा बेत आमचाही होताच. मग चितळ, सांबर, नाइट जार, टिटवी ऐकता ऐकता झोप पापण्यांवर उतरली.

अद्याप तोंडाला तोंड नीट दिसत नव्हतं. बाहेर पडलो. दुर्बीण गळ्यात, पाठीवरच्या पिशवीत चित्ररेखाटनाची वही आणि दोन फेल्ट पेनं होती. थंड हवेला मोहरल्या झाडांचा गंध होता. हळू उजळत जाणाऱ्या आभाळाच्या पार्श्वभूमीवर झाडांचे विस्तार दिसत होते. पाखरं नुकतीच जागी होऊन बसल्या जागीच गाऊ लागली होती. मुद्दामच रेंगाळलो. जाता-जाता जंगल अधिकाऱ्यांच्या कॉलनीत जाऊन रामानंदांना हाका टाकल्या. आदल्या दिवशीच रामानंदांनी आपल्या घराकडे नेऊन सांगितलं होतं, "This is my den. सकाळी निघताना मला बोलवा."

रात्री रामानंदांकडे कुणी पाहुणे आले असावेत आणि त्यांना जंगलातून हिंडवून आणेपर्यंत फार रात्र झाली असावी. कारण हाकेला लवकर प्रतिसाद आला नाही. पाच-सात मिनिटांनी दार अर्धवट उघडून रामानंदांचा कोणी दक्षिणी नोकर डोकावला. म्हणाला, "अजून उठले नाहीत साहेब."

"ठीक, आम्ही पुढं गेलो म्हणून सांग."

गडबडीनं आम्ही रस्ता धरला. कारण तळ्याच्या काठी काही ना काही बघायला मिळणार, अशी अपेक्षा होती. पानगळीनं ओकंबोकं झालेलं जंगल डाव्या बाजूला, विस्तीर्ण जलाशय उजव्या बाजूला. धूळभरल्या वाटेवर बुटाचे ठसे उमटवीत आम्ही चालू लागलो. रात्रभर पाण्यावर जनावरांची ये-जा झालेली होती. गव्यांचे, चितळांचे

खूर जागोजागी लागले होते. पाखरं ऐकू येऊ लागली होती. पहिल्यांदा कानांवर आला, तो नीळकंठ. हे निळंगर्द पाखरू दिसायला इतकं सुंदर आहे; पण त्याच्यापाशी चांगला गळा मात्र नाही. नीळकंठ ऐकू आला, दिसला मात्र नाही.

कुणाची ती गोष्ट? मॅटरलिंकची का? दोन निरागस मुलं निळं पाखरू पाहण्यासाठी रानावनात भटक भटक भटकतात. दमून-भागून, निराश, सुकून गेलेली अशी घरी परत येतात आणि त्यांच्या लक्षात येतं की, आपल्या घरी जे पाखरू पाळलेलं आहे, त्याचा रंग निळाच आहे!

रस्त्याच्या डाव्या बाजूला उंच उंच वृक्षराजी होती. त्यातल्या एका उंच वाढलेल्या वृक्षावर भलंमोठं काळं घरटं दिसलं. मागं भव्य आभाळ. निष्पर्ण असा एकाकी उंच वृक्ष आणि त्याच्या माथ्यावर काळं घरटं. हे बहुतेक मच्छीमार गरुडाचं असावं. हा पाण्याकाठी उंच वृक्षावर वस्ती करून असतो. मासे, साप, खेकडे हे याचं खाद्य असतं. विशेष म्हणजे हा चाचेगिरी करण्यात पटाईत आहे. याच्यासारखेच पाण्यावर झडप घालून मासे उचलणारे जे आणखी पक्षी आहेत, त्यांच्यावर हा पाळत ठेवून बसतो. त्यांनी मासा धरला की, हा तो झडप घालून पळवतो. दुसऱ्याच्या श्रेयाचा अपहार करण्याची मक्तेदारी काही एकट्या मनुष्यप्राण्याचीच नाही!

आधी घरटं दिसलं. मग पार पलीकडच्या काठावर एका उंच वृक्षावर बसून टेहळणी करणारा गरुडही दिसला. गडद किरमिजी रंगाचा, बळकट अंगाचा. मान

तपकिरी आणि शेपटीला आडवा पांढरा पट्टा. त्यानं मला बरंच जवळ येऊ दिलं. अगदी झाडाखाली गेलो, तसा उडाला आणि नेमका त्या घरट्याच्या दिशेनं गेला.

हिरव्या चमकदार तळ्याच्या काठावर आता हालचाल चालू झाली. पांढरे गायबगळे टांगा टाकीत उथळ पाण्यातून चालू लागले. कमळाच्या पानावर पाय देत निळ्या-जांभळ्या रंगाच्या पाणकोंबड्या तरंगू लागल्या.

उथळ पाण्यात इथं-तिथं झाडाचे लहान खुंट उभे होते. त्यावर पॉण्डहॅरॉन कुबड काढून स्तब्ध बसले होते.

मघाशी जिथं मच्छीमार गरुडाचं घरटं पाहिलं होतं, त्या झाडीकडून एकापाठोपाठ एक अशा तीन नीलगाई बाहेर आल्या. त्यांनी रस्ता ओलांडला. तळ्यात आल्या. उथळ पाण्यातून चालल्या. पालखीवर उधळलेलं खोबरं वेचण्यासाठी जत्रेच्या गर्दीत गवश्यांची जशी धांदल होते, तशी गायबगळ्यांची झाली. तीन नीलगाईंच्या बारा पायांनी लहान बेडूक, चिंगळ्या पाण्यावर उडू लागताच त्यांना मटकावण्यासाठी हे नीलगाईंमागं धावू लागले. निर्धास्त अशी ही मोठी हरणं सकाळी-सकाळी थंड पाणी पीत उभी राहिली. हे एक लहानसं कुटुंबच होतं. आई आणि दोन लेकी. एक चांगली कळती, दुसरी अजून अल्लड. आईचा पदर सोडून स्वतंत्रपणे वागायला त्या अजून शिकल्या नसाव्यात. पाणी पिऊन झाल्यावर या तिघीही पाण्याकाठच्या हिरवळीवर थोड्या चरल्या आणि रमत-गमत पुन्हा आम्ही आलो तो गोल रस्ता ओलांडून जंगलात शिरल्या.

पानं गळून जाऊन केवळ रेषांचं सौंदर्य उरलेलं झाड पाण्याच्या काठी होतं. फार लांबून मला त्याच्यावर हिरवी फळं लटकावीत, तसे हरेल पक्षी दिसले. गप्प राहून ते आमची चाहूल घेत होते. जमिनीवर बसता येण्याजोगे सोयीस्कर पाय त्यांना नाहीत, म्हणून ते आता तळ्यावर हिरव्या भराऱ्या घेणार होते आणि एवढ्याशा चोचीनं पाणी वेचणार होते.

लाजरे हरेल झाडाच्या पर्णसंभारातून माणसांच्या डोळ्यांना दिसता दिसत नाहीत. त्यांनी घातलेल्या सुरेल शिळा तेवढ्या ऐकू येतात. त्या इतक्या मानवी असतात की, ही आपल्याच प्रियकराची खुणेची शीळ म्हणून कोणी कृषिकन्या शपथेवर सांगेल. या झाडाला पानंच नव्हती. मुरून बसलेले हरेल मला दुर्बिणीनं स्पष्ट दिसत होते. आपण याला दिसलोच नाही, ही त्यांची समजूत मी बराच वेळ चालू दिली. किती जवळ येऊ देतात ते बघावं, म्हणून सावकाश चालत अगदी दहा यार्डांवर गेलो. मग मात्र फऽऽर करून चाळीसभर हरेल थव्यानं उडाले आणि पार त्या टोकाला गेले. मला चुटपुट लागली. खरंतर मी दूर बसून त्यांचं पाणी पिणं पाहायला हवं होतं. आता समोरच्या हिरवळीवर पिवळ्यारंजन रंगाची धोबी पाखरं

शेपट्या नाचवीत हिंडत होती. पलीकडं काळ्या-करड्या रंगाच्या बदकांचा एक लहानसा थवा सावध असा, माना वर करून स्तब्ध राहिला होता. या थव्यात एकच एक पांढराधोट, पण काळ्या मानेचा, वाकड्या चोचीचा आयबीस उभा होता. 'सारख्या पंखांची पाखरं एका ठिकाणी घोळका करतात' ही म्हण त्याला मंजूर नसावी.

कोपऱ्यात हिरव्या पानांच्या वर्तुळातून एकच आनंदी देठ वर उठला होता आणि त्यावर लाल-पांढुरक्या कमळाची एकमेव कळी उमलता उमलता मध्येच थबकली होती. तळ्याच्या विस्ताराच्या शीर्षभागी मी आता उभा होतो. कवी बोरकरांच्या कवितेची ओळ मनाच्या तबकडीवर वाजत राहिली,

'हिरवळ आणिक पाणी,
तेथे सुचती मजला गाणी'

– जिवंत निसर्गाबद्दलचा असा अगदी साधा उल्लेखही आपल्याला आकृष्ट करतो. जोपर्यंत पाणी वाहतं आहे आणि गवत उगवतं आहे, तोपर्यंत अशा ओळी लिहिल्या जाणारच!

निळा, किरमिजीपोट्या असा खंड्या पक्षी एकाएकी स्फूर्ती येऊन किलकिलत झाडावरून तळ्याच्या पाण्यावर उंच उडाला आणि अधांतरी ठिपका होऊन राहिला.

रामानंद आणि स्वरूप आमच्यामागून आले. ते दोघंही इथले अधिकारी तर होतेच, पण एकूण वन्यजीवनावरचेही ते अधिकारी होते.

तळ्याकाठी पडलेल्या झाडापाशी येताच रामानंदांनी सांगितलं, ''ही ती जागा. मगरीची अंडी इथं मिळाली.''

नुकतंच इथं मगर प्रजनन-केंद्र सुरू झालेलं होतं आणि रामानंद एका विशेष उद्योगात दंग होते. आपल्या घराशेजारी वाळूचे तीन खड्डे तयार करवून ते कृत्रिम रीतीनं मगरीची अंडी उबवीत होते.

मगरीनं अंडी घातली होती, ती जागा पाण्यापासून बरीच दूर होती. या विस्तीर्ण जलाशयात आजमितीला वीस मगरी होत्या. नुकतीच एक मगर मेली होती. तिचं वय काढलं, तर ते ऐंशी वर्षांचं होतं; पण या वयातही ती अंडी घालत होती. या ऐंशी वर्षांच्या मगरीची प्रजा, लहान-लहान अशी सोळा पिलं तळ्यापलीकडे असलेल्या मगर-प्रजनन केंद्रातल्या टँकमध्ये पोहत होती.

रामानंद म्हणाले, ''एक मगर वीसपासून साठपर्यंत अंडी घालते.''

''एवढी पोरं दर वर्षी जन्माला आली, तर या तळ्याकाठी हिंडायलाच नको.''

मगरीचा अधिक्षेप करणारं विधान रामानंद ऐकून घेत नाहीत. ते म्हणतात, ''माणूस हे काही मगरीचं नैसर्गिक भक्ष्य नाही. माणसानं माणसाला खाणं जसं

आणि जेवढं होत असेल, त्याच प्रमाणात हेही घडत असेल. इथं ताडोबाला तरी आजवर मगरीनं माणूस मारल्याची हकिकत घडलेली नाही. तसं हे तळं आज पंचाहत्तर वर्षं जंगल खात्याच्या अखत्यारित आहे. हां, एक मात्र झालं आाहे. सात रानकुत्र्यांनी एक चितळ ताणलं, ते धावत-धावत येऊन तळ्यात पडलं, पोहू लागलं, ते मात्र मगरीनं धरल्याचं अनेकांनी पाहिलं आहे.''

मगरीचं अंडं रुंदीनं चार सेंटिमीटर आणि लांबीनं सात सेंटिमीटर असतं. आदिवासी, कोल्हे ही अंडी शोधून खातात.

पावसाळ्याआधी दोन महिने मगर घरटं करण्यासाठी जागा शोधू लागते. सोयीस्कर जागी ती आधी 'ट्रायल नेस्ट' करते. ही जागा रामानंद शोधून काढतात आणि मगरीनं वाळूत अंडी घातली की, ती काढून आणतात. पक्ष्याप्रमाणं मगरीला आपली अंडी अंगाखाली घेऊन उबवावी लागत नाहीत. वाळूत पुरलेली ही अंडी ओलसरपणा, ऊब यामुळे साठ दिवसांनी उबवली जातात. लहान पोरं बाहेर येतात. ही पोरं आईचा आवाज वर ऐकू आला की, वाळूत ओरडू लागतात. पोरं बाहेर आली, हे आईला कळतं. ती त्यांना उकरून काढते.

एवढं हे लेंढार आता पाण्यापर्यंत सुखरूप जाणार कसं? करकोचे, कावळे, घारी, बाज झडप घालून ही कोवळी लुसलुशीत पोरं उचलून नेणार. म्हणूनच शंभरातली दोन पोरं जगतात, बाकी अशी खाल्ली जातात.

पोरं पाण्यापर्यंत सुखरूप नेण्यासाठी मगर त्यांना आपल्या तोंडात घेते आणि घरट्यापासून पाण्यापर्यंतचं अंतर काटते. सुरक्षित जागी पोरांना सोडते.

मगर-प्रजनन केंद्रात आम्हाला हात-दीड हात लांबीची पोरं बघायला मिळाली. ती खळाळत्या ओढ्यात होती. एकमेकांच्या अंगावर रचून बसली होती आणि इतकी निश्चल होती की, ती खोटी आहेत, असं वाटावं. माझ्याबरोबर आलेल्या उषा भिडे एकदम किंचाळल्या आवाजात म्हणून गेल्या, ''ईऽऽ किती कुरूप दिसतात, नाही?''

रामानंद म्हणाले, ''नाही मॅडम, ती सुंदरच दिसतात.''

तळ्याच्या आसमंतात काही वानरदळंही होती. तळ्यात पाण्याकाठी असलेल्या झाडावर आणि झाडाखाली मी त्यांचा वावर पाहिला आणि ती सुप्रसिद्ध लोककथा आठवली. वानरांचं काळीज खाऊ बघणारी मगर तिच्या पाठीवर बसून तळ्यामधोमध आल्यावर वानराला आपली ही रक्तपिपासू इच्छा बोलूनच दाखवते. म्हणते, ''अरे, त्या जांभळाच्या झाडाखाली पडलेली पिकली जांभळं मी खाल्ली, ती किती मधुर लागली! अशी जांभळं खाऊन तू राहतोस. तुझं काळीज मला खाऊन बघायचं आहे.''

वानर हुशार होता. म्हणाला, ''हात तिच्या, आधीच बोलायचं नाहीस का? मी

ते घेऊन आलो असतो. नेहमी ते असतंच माझ्यापाशी, पण आजच काढून जांभळीच्या ढोलीत ठेवलं होतं. चल, देतो तुला.''

मगर मठ्ठच असली पाहिजे. वानराला पाठीवर घेऊन ती पुन्हा काठाशी आली.

त्यासरशी टुणकन उडी घेऊन वानर जांभळीच्या शेंड्यावर गेला. म्हणाला, ''मूर्खे, दगाफटका करून कुणाचं काळीज मिळत नाही. जा, पाण्यातल्या माशांना कसली काळजं आहेत, ते बघ जा!''

त्या कथेतला परिसर आणि पात्रं इथं होतीच. जलाशयात मऊ पाठीच्या मगरी होत्या. शाबूत काळजाची वानरं काठावरच्या वृक्षराजीत होती आणि काळीज काढून टांगावीत, अशी जांभळीची सुंदर झाडंही होती.

एका सकाळी पश्चिमेकडून पूर्वेकडं आणि दुसऱ्या सकाळी पूर्वेकडून पश्चिमेकडं अशा या तळ्याच्या दोन परिक्रमा मी आणि भिडेबाईंनी केल्या. तळ्याकाठी पुष्कळच नीलकंठ होते. झगमगीत निळ्या रंगाचे नीलकंठ! पिवळेरंजन धोबी, जांभळ्या-निळ्या पाणकोंबड्या, किरमिजी पोटाचा आणि निळ्या पाठीचा खंड्या, पांढरेशुभ्र बगळे आणि हिरवे हिरवे हरेल. आणि हे रंग किती ताजे, किती चमकदार होते! आरा किंवा बेंद्रे किंवा प्रफुल्ला किंवा नेत्रा यांपैकी कुणाच्या कुंचल्याला हे आभाळातून भरारणारे रंग लागले आहेत? हे रंग उचलणं कलेच्या कुवतीपलीकडचंच! केवळ निसर्गच आपली कुवत वाटेल तेवढी वाढवू शकतो.

संध्याकाळी वाघ दिसेल-दिसेल म्हणून आम्ही पंचझरीला, आणखी कुठं, आणखी कुठं असे ओहळ, झरे, गर्द वनराई शोधत हिंडलो. जीपचं इंजीन बंद करून एका ठिकाणी गप्प राहिलो.

मध्येच एकवार गर्जना ऐकू आल्या. एकदा, दोनदा, तीनदा. तो वनराज नाक भुईला लावून ओरडला. एक भयचकित कांचनमृगी धावत येऊन आमच्यासमोर उभी राहिली. श्वास रोधून आम्ही पाहत राहिलो. तृणात उभ्या राहिलेल्या, भिऊन मुठीएवढ्या झालेल्या त्या मृगीला आमचा पत्ता नव्हता. ती चहू दिशांच्या वाटा हुंगत होती. मोठे मोठे कान उभारून सावट घेत होती. चकित डोळ्यांनी जाळ्यांकडे, गर्द झुडपांकडे बघत होती. झाडात वानरं गप्प झाली होती. तृणात उभा असलेला अनंतचक्षू मोर बावरल्या मानेनं जंगल न्याहाळीत होता. लहान पाखरं गोंगाट करत होती.

सूर्य मावळला. संधिप्रकाश राहिला.

दूरवर पुन्हा तीन गर्जना ऐकू आल्या.

वाघ फार दूर गेला होता!

पठारावरून परत मुक्कामाकडं येत होतो. दगडगोट्यांचा बरड प्रदेश होता. तुरळक अशी हिरवी झाडं होती. मे महिना असल्यामुळे रान वाळून कोळ झालं होतं. हा माथाच होता. चोहोकडं क्षितिज खाली उतरल्याचं दिसत होतं.

ध्यानीमनी नसताना दाणकन एक भलामोठा बिबळ्या वाघ जीपला आडवा आला.

एकदम वेग कमी. कमी. इंजीन बंद.

जीपला बघून हा एकदम जमिनीशी मुरला. जीपच्या काळ्या धुडानं हालचाल किंवा आवाज काहीच केला नाही, तेव्हा सावधपणे उठला. दबत दबत पुढं आला. पटकन रस्ता ओलांडून पुन्हा दबला. पाठमोरा. आणि मान वळवून आता तरी हे धूड काही हालचाल करतं का, याचा त्यानं अदमास घेतला. मग मनात शंका घेऊनच उठला आणि दबत दबत, झुडपाचा आडोसा घेत, वारंवार मागं बघत तिरका-तिरका असा टेकडी उतरून दिसेनासा झाला.

ड्रायव्हर म्हणाला, "तकदीर मोठं साहेब तुमचं! इतक्या जवळनं, असा दिवसाउजेडी हा कुठला दिसायला! किती नजीक होता! एका झेपेत बॉनेटवर आला असता!"

थोडं पुढं गेलो आणि माझ्या लक्षात आलं, तळ्याकाठच्या ज्या रेस्टहाउसमध्ये आम्ही मुक्कामाला होतो, त्याच्या मागच्या बाजूला एका हाकेच्या अंतरावर हे पठार होतं.

आजपर्यंत मी बरीच जंगलं हिंडलो आहे आणि त्यातले जलाशय पाहिले आहेत; कर्नाटकातला 'मदग' तलाव, मगरींनी भरलेला आणि चितळ, सांबर, डुक्कर, वाघ यांनी वेढलेला. भूतान हद्दीजवळची खळाळती 'मानस' नदी आणि तिच्या काठावरची सोनेरी वानरं. शिलाँगजवळचं 'बरा पानी', भंडारा जिल्ह्यातील 'इटियाडोह', आंध्रमधला 'नागार्जुन कोंडा.' पण चंद्रपूरजवळच्या ताडोबाइतकं उत्तम ठिकाण मला दुसरं आढळलं नाही.

तो निसर्गपुत्र थोरो म्हणाला होता : 'माझे विचार माझ्यापाशी असले, वाचायला उत्तमोत्तम ग्रंथ असले, तर मी माळ्यावरचा कोळी होऊनही आनंदानं कालक्रमणा करीन.'

मी म्हणतो : ताडोबाचं तळं मिळालं, तर त्याच्या काठावर मुठीएवढा खंड्या होऊनही मी आनंदानं आयुष्य काढीन.

■

महाराष्ट्र टाइम्स : वार्षिक १९८०

काळवीट पाहायला रेहेकुरीला

अर्धा सप्टेंबर महिना निघून गेला आहे. काटवनातल्या बाभळीच्या काळ्या खोडांवर चहू अंगांनी पोपटी पालवीचा विस्तार उसळलेला दिसतो आहे. अगदी समोर हिवराचं मोहरानं फुलून आलेलं झाड केवढंतरी नक्षीदार आणि नाजूक दिसतं आहे. त्याच्या अलीकडे बुटक्या बाभळीच्या शेंड्यावर राखी श्राइक निश्चल बसला आहे. शिसव, कडूलिंब, तरटी, हिवर, सौंदड अशा कमी पाऊसकाळ असलेल्या सपाट रानातच दिसणाऱ्या झाडाझुडपांनी आसपासचा परिसर हिरवाकंच करून सोडला आहे. मोहोराचा, गवताचा, झाडांचा, मातीचा गंध थंड हवेत मिसळलेला आहे.

दिवस आता पार मावळतीला झुकला आहे. आभाळ मोठमोठ्या काळ्या ढगांनी भरून आलं आहे. रेहेकुरीच्या जंगलात काळा तितिर उंच स्वरात हाका देतो आहे.

उमाठ्यावर बांधलेल्या लहानशा विश्रामधामाच्या अंगणात उभा राहून हा शांत परिसर मी पाहतो आहे. काटवनात नाना पाखरांचे आवाज उठताहेत. कुठंतरी तांबडा होला घुमतो आहे. मधूनच 'पटीला-पटीला-पटीला' अशा हाका तांबडा तितिर देतो आहे. शांत होतो आहे. पठाणी होला बोलतो आहे. सुगरण पाखरांचं समूहगान ऐकू येत आहे.

हा सगळा बोभाटा वेगवेगळ्या कारणांनी होतो आहे. सातबायांचा गलका झोपण्याच्या जागा धरण्यासाठी चाललेला आहे. काळे तितिर चरण्याच्या नादात दूर गेलेल्या आपल्या जोडीदारांना गोळा करण्यासाठी हाका देताहेत. होला आपली काल्पनिक हद्द आवाजानं आखतो आहे.

सूर्य मावळता-मावळता ऐकू येत असलेले हे आवाज अंधारातून येताच विरून गेले आणि कातर वेळच जणू बोलते आहे, असा रातवा पाखराचा 'टर्कर... टक्-टक्-टक्' एवढाच शब्द तेवढा वारंवार उठत राहिला आहे.

चांगला काळोख झाला.

रेहेकुरीचे काळवीट पाहायला मी अगदी अधीर झालो होतो. पुण्याहून निघताना दिवसाउजेडीच पोहोचू, अशा हिशेबानं निघालो; पण नगरला वनखात्याच्या कचेरीत थोडा वेळ, गावाबाहेरच्या नर्सरीत थोडा वेळ, चहापाण्यात थोडा वेळ असं करता करता नगर सोडायलाच उशीर झाला आणि तिसरा प्रहर उलटून गेल्यावर रेहेकुरीला पोहोचलो. लहानशा विश्रामधामात सामानसुमान टाकणं, दिवाबत्ती, पाणी यांची सोय लावणं, याला-त्याला निरोप धाडणं यात काही वेळ गेला.

भराभर लोक जमा झाले. काही फॉरेस्ट गार्डस्, रेंज फॉरेस्ट ऑफिसर फडके, आणखी कोणीकोणी आसपासचे शेतकरी. नगरहून येताना दोन दिवसांची सवड काढून उपविभागीय वनाधिकारी मूर्तजा खान आल्यामुळे त्यांनी तत्काळ आवश्यक ती साधनसामग्री आणि मनुष्यबळ गोळा केलं होतं. नाही म्हटलं, तरी तीन-एक दिवस आम्ही आजूबाजूला हिंडणार होतो. रानात मुक्काम टाकायचा, म्हणजे हळकुंडापासून तयारी करावी लागतेच.

अंधार झाला, तरी लवकरच चंद्रप्रकाश येणार होता. चांदणी रात्र होती. चांदण्यांत काळविटांच्या झुंडी बघू या, म्हणून जीपमध्ये घुसलो आणि निघालो. काल-परवा असा दोन दिवस थोडाफार पाऊस झालाच होता. वाटेवर चिखल होता. अशा पायाला चिकट आणि अंगालाही थंड-ओल्या वातावरणात काळविटं हिंडती-फिरती आढळतील का, अशी शंका मनात होतीच. आजूबाजूची झाडं-झुडपं उजळवीत जंगल खात्यानं आखलेल्या लहानशा वाटेवरून जीप सावकाश चालली होती. खानसाहेब गाडी चालवीत होते. मी शेजारी बसलो होतो. आमच्याजवळ त्या वेळी तरी मोठा टॉर्च वगैरे काही नव्हता. जीपच्या झगझगीत प्रकाशात जे दिसेल, तेवढंच नजरेला पडणार होतं. आधी एक लांबकान्या ससा धूम-धूम पळाला. हा तसा रात्रिंचरच. दिसला, यात नवल नाही. माळरानातसुद्धा याला खाणारे फार! कोल्हे, मुंगसं, रानबोके, ससाणे याच्या मागावर असतात. एक पळाला, थोडं पुढं जाताच दुसरा पळाला. बहुतेक ही नर-मादीची जोडीच असावी.

जंगलात शिरताच काही ना काही नजरेला पडलं की, हुशारी वाटते. तशी आम्हाला वाटली. वाटलं, कुणी सांगावं, हरणांचा कळपही असाच दिसेल. वाकडीतिकडी वळणं घेत पुष्कळ हिंडलो. हरणं दिसली नाहीत.

ऐन जंगलात उमाठ्याच्या जागी वन खात्यानं एक उंच लोखंडी माळा उभा केला आहे. निरीक्षकांनी या उंचीवर जावं आणि आसमंत न्याहाळावा. कुरणात चरणारे, टकरी खेळणारे, एकमेकांचा पाठलाग करणारे कृष्णसारमृग पाहावेत.

चपळ मृग, भित्री शावकं पाहावीत.

अंधारातच हा माळा चढलो. वर जाऊन बघितलं. सभोवार गडद काळोखच दिसला.

अथांग काळोख. आभाळात चंद्र होता; पण भल्यामोठ्या काळ्या ढगानं त्याला संपूर्ण झाकून टाकलं होतं.

माझ्या गळ्यात दहा-बाय-पन्नासची दुर्बीण होती. ही चांदण्यांतसुद्धा चांगली उपयोगी पडते, असा अनुभव. बुद्धपौर्णिमेला नागझिरा अभयारण्यातल्या तळ्यावर पाणी प्यायला जेव्हा अनेक चितळं, सांबरं, डुकरं आली, तेव्हा मी घेतली होती. पावसाळी काळा ढग थोडा सरकेल आणि चंद्रप्रकाशानं रान न्हाऊन निघालं की, मोकळ्या रानात चरणारा, घोळामेळानं बसून विश्रांती घेणारा एखादा हरणाचा कळप आपल्याला दिसेल, म्हणून मी बराच वेळ वाट बघितली.

चंद्र थोडासा बाहेर आला. सगळं रान उजळलं. मी दुर्बीण डोळ्यांना लावून चारी दिशा चाळल्या. झाडझाडोऱ्याचे आकार दिसत होते. चंद्रप्रकाशात पानं चमकत होती. कळप काही दिसला नाही. बघेबघेतो पुन्हा ढगानं चंद्राला झाकून टाकलं. गर्द काळोख पडला. मग मी म्हणालो, "खानसाब, आता उद्या सकाळी लवकर उठून याच टॉवरवर येऊन बसू. आता चला परत."

अहमदनगरपासून सत्तर किलोमीटर अंतरावर कर्जत गावानजीक हे काळविटांचं अभयारण्य आहे. दोनशे सत्तर हेक्टर एवढ्या विस्तीर्ण क्षेत्रावर वन खात्यानं झाडझाडोरा, गवत लावून जंगल वाढू दिलं आहे. इथं आता कृष्णसारमृगांचे कळप निर्वेधपणे हिंडतात.

'कृष्णसारस्तु चरति मृगो यत्र स्वभावत: ।
स ज्ञेयो यज्ञियो देशो म्लेंच्छदेशस्त्वत: पर: ।'

असं 'मनुस्मृती'त म्हटलेलं आहे. म्हणजे तीन-साडेतीन हजार वर्षांपूर्वी हा मृग माहीत होता. कृष्णसार हरीण जिथं यथेच्छ विहार करतात, त्याला यज्ञीय देश म्हणतात. याशिवाय असणारा तो म्लेंच्छ देश होय.

फार दूरचा, म्हणून हा काळ आपण सोडून देऊ. एकोणिसाव्या शतकाच्या शेवटीशेवटी जेर्डननं नोंदवून ठेवलं आहे की, दक्षिणेतल्या जालनाच्या परिसरात त्यानं कृष्णसारमृगांचे फार मोठमोठे कळप पाहिले होते. एका कळपात हजार तरी हरणं होती.

फोरस्विथनं अठराशे एकोणऐंशी साली लिहिलं आहे : 'सत्तावन्न सालच्या बंडानंतर लगेच, सागर भागात मी हजारापेक्षा जास्ती हरणं असलेले कळप पाहिले.'

थंडीच्या दिवसांत दिल्लीच्या आसपास मोठमोठे कळप दिसल्याचंही काहींनी सांगितलं आहे.

जॉर्ज शेल्लर हा अभ्यासक सांगतो, 'एका वर्षाच्या काळात दोन बदल या कळपात घडताना दिसतात. फेब्रुवारी ते नोव्हेंबर या काळात मोठा कळप फुटून लहान-लहान टोळ्या तयार होतात. एका टोळीत एखाददुसरा काळा नर मृग आणि काही माद्या, शावकं असतात. गर्भधारणा व्हावी, म्हणून या लहान टोळ्या मुख्य कळपापासून बाजूला होऊन ठरावीक अशा आपल्या क्षेत्रात हिंडत असतात. डिसेंबर-जानेवारीत या टोळ्या मोडतात आणि नर, माद्या, शावकं असा सरमिसळ कळप तयार होतो. फेब्रुवारी महिना आला की, प्रजोत्पत्तीसाठी नव्या लहान-लहान टोळ्या पुन्हा जमायला लागतात. पंधरापासून तीसपर्यंत हरणं एका टोळीत असतात.'

कृष्णसारमृगाचा माजावर येण्याचा काळ बहुधा फेब्रुवारीच्या मध्यावर सुरू होतो. सहा महिन्यांनंतर हरिणी वितात. म्हणजे ऑगस्ट महिन्यामध्ये हरणाची पिल्लं जन्माला येतात. मध्यभारत, राजस्थान या भागातल्या कृष्णसारमृगांचा थोडाफार अभ्यास झालेला आहे. महाराष्ट्रात काही झाल्याचं माझ्या वाचनात नाही. माजावर येण्याचा काळ, विण्याचा काळ यांत थोडाफार फरक हवामान, झाडझाडोरा यानुसार असतोच.

कृष्णसार हा फक्त भारतातच आहे. तो सपाट मोकळ्या रानात राहतो. अशा ठिकाणी त्याला उंच उड्या घेता येतात. ताशी चाळीस-पन्नास मैल वेगानं धावता येतं.

लांब पल्ल्यावर मारा करणाऱ्या बंदुकी, रायफली माणसांच्या हाती आल्या आणि बघता-बघता सपाट भागावरचे रहिवासी असणारे हे कृष्णसारमृग फार झपाट्यानं मारले गेले. गेल्या दोन दशकांत असा क्वचितच शिकारी असेल की, ज्यानं काळवीट मारला नाही. भारताच्या जंगलांतून चित्ता जसा कायमचा नाहीसा झाला, तसाच बीमोड काळविटांचाही होतो की काय अशी धास्ती वाटावी, इतक्या बेसुमार प्रमाणात या हरणांची कत्तल झालेली आहे. आता मात्र कुठंकुठं याला संरक्षण देण्याचे प्रयत्न चालू आहेत. मी भरतपूरला काळवीट पाहिला होता. मध्यभारतातल्या कान्हा-किसलीलाही एक कळप पाहिला होता. दिल्लीच्या झू-मध्येही एक कळप आहे.

सकाळी न्याहारी उरकून रानात गेलो. कुरण, काटवन म्हणावं, असं हे जंगल आहे. कमी पाऊसकाळ असणाऱ्या भागात उगवणारी, तगून राहणारी झाडं वनखात्यानं मुद्दाम लावली आहेत. यात माझ्या ओळखीची झाडं बरीच होती. बाभळ, हिवर, कडुनिंब, सौंदड, खैर, नेपत, बोराटी, तरवड, म्हाळुंग, तरटी ही झाडं मी ज्या वैराण भागात जन्मलो आणि वाढलो, त्याच भागातली. शिसव, चंदन असली

अपूर्वाईची झाडं आणि हमाटा, सिंक्रस असलं गवत मात्र मी नव्यानं पाहत होतो. कुबाभूळ हे नव्यानंच आलेलं परदेशी झाडही होतं. वन खात्यानं या साध्यासुध्या झाडांचीही सागासारखी पद्धतशीर लागवड केली होती. काळविटं म्हणे इथं पूर्वीपासून होतीच. संरक्षण, दडण, चारा, पाणी, खारं चाटण असं सगळं मिळालं. त्यामुळे ती आता इथं निर्वेध राहत होती. संख्येनं वाढली होती, वाढत होती. तीनशे-साडेतीनशे हरणं ही संख्या काही अगदी लहान नाही.

सकाळी मात्र काटवनातून चरणारे, उधळणारे, टकरी खेळणारे कळप मला बघायला मिळाले. वारंवार कळप दिसत होते. एकदा खानसाहेबांनी झाडांच्या रांगेतून कौशल्यानं जीप आडवीतिडवी दामटून पंधरा-वीस फुटांवर नेली. वाटेच्या या कडेपासून त्या कडेपर्यंत उंच उड्या हाणताना कळपातलं एक-एक हरण मला मोजता आलं. तीस हरणांचा सरमिसळ असा हा कळप होता. त्यात एकच काळा मृग होता. तरणे मृग विटकरी रंगाचे, पण माथ्यावर शिंग मिरवणारे होते. माद्या त्याच रंगाच्या, पण बिनशिंगवाल्या होत्या. कळप दिसताहेत, म्हणताच आम्ही पायउतार झालो. जंगलाच्या हिरवेपणात मिसळून जावेत, असे कपडे फक्त माझ्या एकट्याच्या अंगावर होते. दडत-दडत जावं आणि कुठंतरी आडोशाला बसून कळपाची रेखाटनं करावीत, म्हणून मी फार धावपळ केली, घामाघूम झालो. हरणांनी मला स्वस्थ चित्तानं मुळीच रेखाटनं करू दिली नाहीत. त्यांनी मला जवळच येऊ दिलं नाही. काळवीट (Antilope cervicapra) हे जगातलं सर्वांत वेगवान मृग आहे आणि जिथं वेगानं धावता येतं, उंचउंच, लांबलांब उड्या मारता येतात, अशाच सपाट भागात ते राहतात, याचा मला प्रत्यय आला. अगदी लहानशा आवाजानंसुद्धा हरणांचा कळप दचकतो; मग वाऱ्याची झुळूक येऊन पाचोळा का वाजेना! दचकला की, कळपाच्या संरक्षणाची जबाबदारी असलेल्या माद्या एकाएकी उंचउंच उड्या मारायला लागतात. हा इशाराच असतो. काही मिनिटांतच अख्खा कळप सावध होऊन दणादण पळायला लागतो.

मद्रासकडचे एक वन्य प्राणी-अभ्यासक आणि छायाचित्रकार एम. कृष्णन यांनी आठवण दिलीये की, 'पुढं कृष्णसारमृगाचा कळप धावतोय आणि मागनं ताशी चाळीस मैल वेगानं मी गाडी हाणतोय, अशी शर्यत तीन मैल चालली होती. शेवटी रस्ता वाईट लागला, म्हणून मलाच वेग कमी करावा लागला. दरम्यान, मृगांचा कळप मात्र भरधाव निघून गेला; दिसेनासा झाला.'

मोठा काळा नर कळपातल्या तरण्या नरांना हाकलून देतो. असे हाकलून दिलेले नर एकत्र येतात आणि एकत्र भटकतात. माजाच्या काळात नरानरांच्या ज्या मारामाऱ्या होतात, त्यात जिंकला की, हा नर काही माद्यांचा मालक होतो. या मारामाऱ्या म्हणजे एक विधीच असतो; जीवघेणं द्वंद्व नसतं. कधीकधी या मारामाऱ्या

हद्दीवरूनही होतात.

दुपारी बारा-एक वाजेपर्यंत मी काळविटांमागे धावत होतो. दिवस मावळायच्या वेळेला रेहेकुरीच्या आसपासचे शेतकरी विश्रामधामाच्या ओसरीवर जमले. त्यांच्याशी गप्पागोष्टी करून काही माहिती मिळते, का म्हणून बराच वेळ बोलत बसलो.

या शेतकऱ्यांची तक्रार होती.

''काळविटांचे कळप काटवन सोडून आमच्या रानात येतात आणि कितीही राखण केली, तरी रात्री-अपरात्री आमचा डोळा लागला की, ज्वारीची कणसं, भुईमुगाचे वेल, तूर असलं पीक खाऊन फस्त करतात. आम्हाला फार त्रास होतो! फार नुकसान होतं!''

मी विचारलं, ''वनखात्यानं काय उपाय करावा?''

तर सगळ्यांचं मत एक : ''तार-कुंपण घालावं!''

आता दोनशे सत्तर हेक्टर कुंपण कसं घालायचं? ते किती उंच घालायचं? घातलं, तरी ते मग अभयारण्य कसलं?

डी.एफ. ओ. श्री. वि. द. घाणेकर हे पुढं मला नगरला भेटले. ते म्हणाले, ''शेतकऱ्यांची तक्रार अगदी रास्त आहे. त्याला आम्ही असा इलाज शोधतोय की, आम्ही काळविटांना खाण्यासाठी या पिकाचे अनेक छोटेछोटे प्लॉटस् अभयारण्यातच पेरू.''

रेहेकुरीला मी होईल तेवढा भटकलो. झाडाझुडपांची, पक्ष्यांची, हरणांची जमतील तेवढी रेखाटनं केली. इथं माळठिसकीही आहेत म्हणे. हीही एक खास भारतीय हरणाची जात आहे. शास्त्रीय नाव : Gazel Gazel . रानात मला कुठं हे हरीण आढळलं नाही. तरी रेहेकुरीच्या रोपवाटिकेमध्ये एक पाळीव माळठिसकं होतं, त्याची एक-दोन रेखाटनं केली.

माणदेशातल्या माळावरही लहानपणी ही माळठिसकी मी पाहिली होती. तेव्हाच्या लांबच लांब आणि एकाकी अशा पायी प्रवासात संध्याकाळच्या वेळी अचानक दोन-चार माळठिसक्यांच्या काळ्या आकृती दूरवरच्या क्षितिजरेषेवर दिसत आणि तिथपर्यंतची सगळी कंटाळवाणी वाटचाल म्हणजे एक चमत्कार होई. तिथून पुढची आक्काच्या गावाकडची पायपीट पायघड्यांवरूनच होई.

संध्याकाळी रेहेकुरीच्या विश्रामधामाला निरोपाचा सलाम ठोकला आणि श्रीगोंद्याला यायला निघालो, तेव्हा पुन्हा एक मोठा काळा ढग आभाळ व्यापून बसला होता. चार-सहा किलोमीटर जातो-न जातो तोवर विजांचा लखलखाट होऊ लागला. वारे

सुटले आणि धुवांधार पाऊस सुरू झाला. सबंध प्रवासात म्हणजे अडतीस किलोमीटरध्ये सतत चिमधार पाऊसच पाऊस होता. वाटेवरचे ओढेनाले तांबडजर्द पाणी घेऊन रोरावत होते. प्रत्येक खेपेला गाडी पाण्यातून जाताना जीव मुठीत धरून जात होतो. अडतीस किलोमीटर अंतर जाईतोवर बारा-तेरा बारीकमोठे ओहळ ओलांडावे लागले. श्रीगोंदे गावाजवळचा मोठा ओढा तर तुफान गर्जत होता. तो आम्ही ओलांडला आणि तिथून पुढं या रस्त्यावरची वाहतूक बंद झाली, ती सकाळपर्यंत! रात्रीचा मुक्काम श्रीगोंद्याच्या विश्रामधामात गेला. 'भगवंता!' म्हणून झोपी गेलो.

सकाळी देऊळगाव.

रेहेकुरीला वनखात्याची नर्सरी आहे, तशीच सुरेख नर्सरी देऊळगावला आहे. घनगर्द झाडीत लहानशी झोपडी आहे. तिथं चंबूगबाळं उतरवलं आणि पुन्हा काळवीट बघायला बाहेर पडलो.

देऊळगावलाही बाभळीखैराचं जंगल वनखात्यानं वाढवलं आहे. वाटेवर काळ्या मातीचा राडा झालाच होता. तरी डाव्या-उजव्या झाडीतून मृग दिसले. पायउतार होऊन बाभूळवनात दुपारपर्यंत भटकलो. इथला कृष्णसारमृगाचा कळप तर फार मोठा होता. सत्तर-ऐंशी हरणं असावीत!

शेवटी पाय भेंडाळले. उन्हानं चेहरे काळवंडले. घामानं कपडे चिंब झाले. थकूनभागून रोपवाटिकेत येऊन थंड असे बसलो. इथंही काळे तितर हाका देत होते.

संध्याकाळी नगर.

–आणि पुढचा पुण्याकडे परतीचा कंटाळवाणा प्रवास.

माझ्या मनात सारखं येत होतं, ऽएक फेब्रुवारी महिना आणि एक ऑगस्ट महिना या रानात रेखाटनाची वही पाठीवरच्या पिशवीत टाकून आणि गळ्यात दुर्बीण अडकवून मला जर भटकता आलं, तर कृष्णसारमृगाचं केवढंतरी नाट्यपूर्ण जीवन मी शब्दांत आणि काळ्या रेषांत पकडीन!'

पुण्याला पोहोचायला मध्यान रात्र झाली. तोपर्यंत राल्फ थॉम्सनच्या 'ॲन आर्टिस्टस् सफारी' या जलद रेखाटनांनी आफ्रिकेतल्या जंगलाचं सारं वैभव वाचकांपुढं उभं करणाऱ्या अप्रतिम ग्रंथासारखा एक ग्रंथ मी मनोमनी पुरा केला होता.

■

हंस : दिवाळी विशेषांक : १९८२

पेरियार

त्रिवेंद्रमच्या सुप्रसिद्ध पद्मनाथस्वामी मंदिराच्या अगदी शेजारी, 'राजधानी' नावाच्या हॉटेलात उतरलो होतो.

व्यवस्थापकांपैकी एक नाटकवेडा, नट वगैरे होता. त्यामुळे आमचं गोत्र जमलं.

एके दिवशी त्याला म्हणालो, "आम्हाला पेरियार बघायचं आहे. तुमच्या ओळखीनं चांगली गाडी आणि चांगला ड्रायव्हर बघून द्याल, तर बरं होईल."

यावर तो म्हणाला, "नो प्रॉब्लेम! उद्या निघता का? मी उत्तम गाडी, उत्तम ड्रायव्हर देतो."

"मग पेरियार काय, आम्ही कोचीनला वगैरे जाऊन सगळं पाहून येऊ."

"नो प्रॉब्लेम! केव्हाही निघा."

गाडी खरंच चांगली नवी कोरी ॲम्बॅसडर होती. पणिक्कर नावाचे ड्रायव्हर होते. स्वभावानं अतिशय चांगले आणि हिंदी भाषा समजणारे. हा अगदी मणिकांचन योग होता. आपल्याकडे हल्ली लक्झरी टॅक्सीज मिळतात; पण गाडी बरी असली की, ड्रायव्हर बिथरलेला आणि ड्रायव्हर सज्जन निघाला की, गाडी बिथरणारी, असा अनुभव येतो. इथं गाडी आणि ड्रायव्हरही बऱ्या चालीचा निघाला, त्यामुळे समस्त केरळविषयी आमचं मत फारच चांगलं झालं.

सकाळी सात वाजता निघालो.

सप्टेंबर महिना संपत आला होता. रस्त्याच्या दोन्ही बाजूंना हिरवीगार, लांबच लांब भातशेतं, माडांच्या बागा सतत दिसत होत्या. मोठं थोरलं भातशेत, कडेवर लहानसं कौलारू झोपडं, बांधावरची पायवाट, आभाळाचं प्रतिबिंब पडलेल्या डबक्यात

फिरणारी पाळलेली बदकं असं छान दृश्य दिसे.

माणसाच्या जीवनात एक काळ असा येतो की, बघितलेल्या प्रत्येक सुंदर जागी त्याला घर बांधून पुढचं आयुष्य इथं निवांत घालवावं, असं वाटतं. त्रिवेंद्रमपासून पेरियार दोनशे छप्पन्न किलोमीटर्स आहे. आत्ता पोहोचू, असं वाटलं होतं; पण अकरा वाजूल गेले, तरी ते दृष्टीच्या टप्प्यात येईना. पणिक्करही पहिल्यांदाच येत होते, त्यामुळे तेही वाट विचारत विचारतच चालले होते. मग कंटाळा जावा, म्हणून आम्ही रस्त्याकडेच्या एका हॉटेलात जाऊन गरम गरम अशा लहान आकाराच्या आंबोळ्या, बदकाच्या अंड्याचं आम्लेट, तळलेलं केळं असं काहीबाही खाऊन कंटाळा घालवला. दुभाष्याचं काम अर्थातच पणिक्करनी केलं.

पेरियारबद्दल मी फार वर्षांपूर्वी अण्णांच्या तोंडून ऐकलं होतं. दक्षिणेकडे 'कलावंतांचे आनंदपर्यटन' करून ते परत आले, तेव्हा म्हणाले, "तात्या, अरे एक पेरियार लेक म्हणून काय सुंदर सरोवर आहे केरळला! सरोवराच्या आत लहानशा बेटावर हॉटेल आहे. तिथं राहायचं. बोटीतून हिंडायला बाहेर पडलं की, काठावर चरणारे हत्ती, गवे, सांबर दिसतात. तू जायला पाहिजेस तिथं."

जाऊ, जाऊ असं करत बरीच वर्षं गेली आणि सत्त्याहत्तर सालच्या सप्टेंबरमध्ये मी गेलो.

पेरियार हे तयार केलेलं सरोवर आहे. समुद्रसपाटीपासून तीन हजार फूट उंचीवर असलेलं. आकारानं दहा चौरस मैल. एकोणीसशे सालात तयार झालेलं किंवा केलेलं; मद्रासच्या शेतीला पाणीपुरवठा करण्यासाठी. हळूहळू सपाट रस्ता सुटला आणि सहा हजार फूट उंचीवर असलेला डोंगरमाथा गाठण्यासाठी अरुंद अशा चढाच्या घाटातून गाडी जाऊ लागली.

दोन्ही बाजूंना कधी लवंगांच्या, कधी मिरीच्या बागा लागत.

हवा हळूहळू थंड होऊ लागली.

अगदी वर तर उतारावर सुरेख दिसणारे चहाचे मळे लागले.

हवा आणखी थंड झाली. थोडी पावसाळी अशी, पण फार सुखद! रस्त्यावर रहदारी फार कमी होती. वळणावर केरळच्या ट्रक्स आगाऊ हॉर्न मुळीच देत नाहीत. समोर आल्यावर मग देतात, असा एक मजेशीर अनुभव वारंवार आला.

सात वाजता निघालो होतो, तो दीड वाजता पेरियार लेकवर जाऊन पोहोचलो. आभाळ चांगलंच भरून आलं होतं.

हॉटेलचं नाव होतं 'अरण्य निवास.' आम्ही आधी काही कळवलं नव्हतं.

त्यामुळे राहायला जागा मिळाली, पण जेवायला मिळालं नाही. लवकरात लवकर टोस्ट आणि आम्लेट मिळेल म्हणाले. पन्नास साली प्रसिद्ध प्राणिशास्त्रज्ञ ए. पी. गी इथं आले होते, तेव्हा काही सोय नव्हती. फॉरेस्ट बंगल्यातल्या चौकीदाराला फक्त मल्याळी आणि तमिळी भाषा कळत होती. कोंबडीसारखे आवाज करून आम्ही अंडं घातल्याचे हावभाव केले. तेव्हा कुठं त्यांना अंडी मिळाली होती. आम्ही म्हणालो, ''चालेल.''

खाऊन गुडूप झोपलो.

चार वाजताहेत, तोवर जोरदार पाऊस आला.

मी मनाशी म्हणालो, 'आता कशाची मोटारलाँच आणि कशाचे प्राणी! आज तरी काही बघायला मिळणार नाही.'

पण चौकशीअंती कळलं की, इथं पाऊस रोजच पडत असे. काही वेळानं उघडेल, असं समजलं. साडेपाच वाजता मोटारलाँच सुटत असे. एकूण बारा प्रवासी मिळाले, म्हणजे लाँच सुटत असे.

इतके प्रवासी इथं असण्याची शक्यताच नव्हती. थोडे हिरमुसले होऊन आम्ही पावसाळी हवेत बाहेर पडलो आणि पाण्याच्या काठावर येऊन उभे राहिलो. मी, आमचा मोहन आणि विजया. पण 'पण कोठुनि आले येथे, काल संध्याकाळी नव्हते' असा चमत्कार झाला आणि देशी-परदेशी पर्यटकांचा मेळा बघता-बघता गोळा

झाला. तीस शिटा भरल्या आणि ती एवढीशी लाँच निघाली.

इतरत्र कुठंही बघायला मिळणार नाही, असं दृश्य पेरियारच्या या सरोवरात आहे. सरोवर भरण्याआधी आजूबाजूचे वृक्ष तोडले गेले नाहीत. ते पाण्यात आजमितीला तसेच उभे आहेत आणि वठून, वाळून काळे झालेले हे वृक्ष पाण्यामुळे आता दगडासारखे कठीण झाले आहेत. जणूकाही जागोजाग शिल्पंच उभी केली आहेत. या काळ्या शिल्पांची मनोहारी प्रतिबिंबं निळ्या पाण्यावर पडलेली असतात आणि आपण एका अद्भुत वातावरणात हिंडतो आहोत, असं वाटतं.

पाऊस उघडला होता, तरी आभाळ भरलेलंच होतं. अशा हवेत रानची जनावरं सहसा बाहेर पडत नाहीत. त्यामुळे काठावर फारकाही दिसणार नाही, असं समजून मी लाँचमधल्या बाकावर बसून होतो.

दोन्ही काठांवर गर्द झाडी होती. मधूनच नुसती हिरवळ पांघरलेल्या लहान, गोल टेकड्या दिसत. इतक्या सुंदर की, कविवर्य श्रीकृष्ण पोवळे यांच्या ओळी आठवल्या :

–आणि टेकड्या दिसता मजला हिरवळ पांघरुनी
स्तनयुगलांची तुझ्या आठवण हो मजला नामी,
हे तर तुझेच रूप विशाल,
वसुंधरा नच केवळ दिसते, तुझेच रूप विशाल.

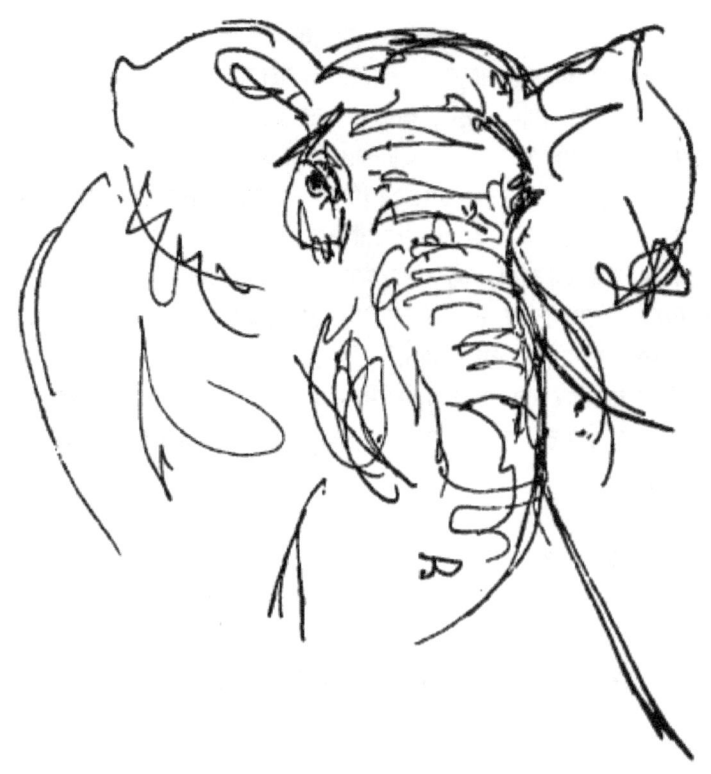

एवढ्यात लाँचचा वेग कमी झाला. कोणीतरी म्हणालं, "बायसन, बायसन." दूर टेकडीच्या उतारावर गव्यांचा कळप चरत होता.

सहा काळे ठिपके! मी बाकड्यावरून उठून लाँचच्या टोकाशी आलो. छपरावर डोकं काढून उभा राहिलो आणि दुर्बीण डोळ्यांना लावली. कळपच होता. एक काळा, दोन तांबडे, बाकीच्या गाई.

एकूण दोन तास आम्ही लाँचमध्ये होतो. काळ्या शिल्पांतून वाट काढत काढत लाँच जात होती. शिल्पं सावकाश फिरत होती. हिरव्या टेकड्या, पाण्यात पडलेली झाडाची प्रतिबिंबं फिरत होती. निळं पाणी फिरत होतं. काही दिसलं की, लाँचचं इंजीन बंद होई. आवाज थांबे. काठावरच्या झाडीत बोलणाऱ्या पक्ष्यांचे मंजूळ आवाज तेवढे कानांवर येत. एकदा एकटाच काळा गवा दिसला.

एकटा हत्ती जसा भडक माथ्याचा असतो, अंगावर चालून येतो, तसा असला एकटा गवाही येतो, असा समज आहे. कळपातल्या बैलाशी झुंज होऊन हाकलला

गेलेला, एकटेपण वाट्याला आलेला असा हा पुष्ट बैल असतो, अशी आपली समजूत आहे; पण तसं नाही. समुदायात राहणं सोडून असले गवे आपण होऊन बाजूला होतात आणि शांततेचं एकटं जिणं पत्करतात. जरूर त्या वेळी त्यांना कळपात जाता येतं.

गवत खाता-खाता या गव्यानं लाँचकडे पाहिलं. माणसांची हालचाल दिसली, त्यासरशी तो झाडीत शिरला.

सुखाचा जलविहार आटपून दोन तासांनी आम्ही परत 'अरण्य निवास'वर आलो.

सतत हलणाऱ्या लाँचवर पाय रोवून जड दुर्बिणीनं पाहणं सोपं नव्हतं.

मोहनला, विजयाला प्रयत्न करूनही नीट दिसलं नाही. हिरव्या उतारावर काळे ठिपके तेवढे दिसले!

तेवढ्यात पावसाची सर आली. पाण्यावर लाह्या उडू लागल्या. लाँचच्या खिडक्यांना असणाऱ्या काचा सरकवून सगळे आत बसले.

मोहन काचेला नाक लावून बाहेर बघत होता. काही वेळ गेला आणि मोहनच म्हणाला, ''बाबा, हरीण, हरीण!''

अगदी जवळ, म्हणजे पंचवीस यार्डांवर मोठा सांबर शिंग सावरत, वळून लाँचकडे बघत होता. तो शेपूट उडवून पळाला.

हा कळपच होता. कारण लगेच बाजूला आणखी चार सांबर दिसली.

बारीक पाऊस येतच होता.

पाण्यावरच्या हिरवळीवर एक भला मोठा डुक्कर दिसला. मग सहा हत्ती आणि एक मोर असा कळप चरताना दिसला.

सहा वर्षांचा मोहन पहिल्यांदाच जंगलातली ही जनावरं बघत होता आणि चेकाळून ओरडत होता, ''हत्ती, हत्ती! हरीण, हरीण!''

डुक्कर हा प्राणी त्यानं याआधी पाहिलेलाच नव्हता. तेव्हा ते दिसताच तो ओरडला, ''हत्तीचं पिल्लू! हत्तीचं पिल्लू!''

मराठी समजणारे कोणी पर्यटक नव्हते. आमचे आम्हीच हसलो.

सांबर, गवे, डुक्कर, हत्ती हे प्राणी दिसले होते. सकाळच्या वेळी आणखी काही दिसतं का, याची उत्सुकता होती. जंगलात नाट्य सततच घडत असतं. फक्त प्रेक्षक म्हणून आपण नेमके गैरहजर असतो. सकाळी पुन्हा एकवार लाँचमधून जायचं ठरवलं. प्रयोगाची आगाऊ जाहिरात नसलेल्या या थिएटरात वेळोवेळी जाणं हा एकमेव मार्ग प्रेक्षकांपुढं असतो.

कालची मंडळी निघून गेली होती. एक शीख जोडपं आणि आम्ही तिघे याखेरीज कोणीही गिऱ्हाईक लाँचला नव्हतं. एकूण बारा जण असल्याशिवाय लाँच सोडणं त्याला परवडण्यासारखं नव्हतं.

मग आम्ही म्हणालो, ''एकूण भाडं किती मिळालं पाहिजे?''

लाँचवाला म्हणाला, ''साठ रुपये साहेब!''

''आम्ही साठ रुपये देऊ.''

तो म्हणाला, ''आम्ही लाँच सोडू.''

शीख जोडपं आनंदाने तयार झालं.

आज सुरेख सूर्यप्रकाश होता. आभाळ स्वच्छ होतं. हिरवळ लखलखीत होती आणि सगळ्या लाँचमध्ये आम्ही पाच जण होतो.

या फेरीत एकूण तीन वेळा हत्तींचे कळप दिसले. पेरियारचे हत्ती पावसाळी ढगासारखे काळे दिसत नाहीत, तांबडे दिसतात. कदाचित तांबडमातीच्या राडीत लोळल्यामुळे असं असेल. इथं माती तांबडी आहे.

एक गोजिरवाणं पोर होतं. ते सतत दोन हत्तींच्या मध्ये चरत होतं. हे दोन हत्ती म्हणजे त्याची आई, मावशी, आक्का, ताई असं कोणीही असेल. पोर सुरक्षित राहावं, हिंस्र जनावराकडून मारलं जाऊ नये, म्हणून त्या हत्तिणी दोन्ही बाजूंना आपल्या अंगाचे तट उभे ठेवीत असाव्यात.

लाँचचं इंजीन बंद केलं होतं. पाण्याच्या प्रवाहाबरोबर लाँच डोलत होती आणि बराच वेळ आम्ही हा कळप पाहत होतो.

पुढं एक गंमत पाहायला मिळाली.

मोठा, सुळेवाला डुक्कर पाण्याच्या काठी असलेल्या उंच गवतात काही

उकरण्याच्या नादात दंग होता. टेकडीच्या उतारावरून एक मध्यम आकाराचा हत्ती आला. तोही डाव्या-उजव्या बाजूचं गवत सोंडेनं उपटत होता आणि तोंडात घालत होता. त्याला डुक्कर दिसला नाही. डुकराचंही हत्तीकडे लक्ष नसावं.

एकदम हत्ती डुकराच्या पुढ्यातच आला. त्यासरशी हा डुर्रडुर्र करून त्याच्यावर धावून गेला आणि काय आश्चर्य! एवढा प्रचंड गजराज, पण शेपूट वर करून धूम पळाला. त्यानं मागं वळूनही पाहिलं नाही!

माझ्याऐवजी सतराव्या शतकातल्या एखाद्या राजानं हे दृश्य पाहिलं असतं, तर विशेष जागा म्हणून या ठिकाणी राजवाडासुद्धा बांधला असता!

थोडं पुढं आलो आणि शिट्ट्या ऐकू आल्या. पाहतो, तर पलीकडे पाण्यातून डोकं आणि पुढचे दोन पाय वर काढून पाणकुत्री आमच्या लाँचकडे बघत होती!

एक, दोन, तीन – एकूण सात दिसली!

भंडाऱ्याला, इटियाडोहाच्या काठानं रात्री दीड वाजेपर्यंत मी आणि मारुतराव चितमपल्ली या प्राण्याचं केवळ ओझरतं दर्शन व्हावं, म्हणून हिंडलो होतो. आज बारा यार्डांवरून दिवसाढवळ्या हा कळपच्या कळप मला बघण्यासाठी उड्या हाणत होता.

मला 'Ring of Bright Water' या पुस्तकाची आठवण झाली. हे एक अतिशय चांगलं असं पुस्तक वाचण्यात आयुष्यातले काही तास आपण सार्थकी लावले, याचा मला फार आनंद वाटतो.

उत्तम पुस्तकाची ओळख करून देणं हे उत्तम माणसाची ओळख करून

देण्याइतकंच अवघड असतं. मॅक्सवेल नावाचा एक माणूस; लेखक, पोर्ट्रेट-पेंटर वगैरे असलेला. त्याला त्याच्या कोण्या मित्राकडून कळलं की, वेस्ट हायलॅण्ड्समध्ये फलाण्या-फलाण्या ठिकाणी समुद्रकिनाऱ्याला त्याने एक इस्टेट घेतली होती. तिथं रिकामी झोपडी होती. जवळ समुद्र होता. जायला रस्ता नव्हता. जवळ कुठंतरी एक बेट होतं. त्यावर ऑटोमॅटिक लाइट-हाउस होतं. बरीच वर्षं झाली होती, तिकडे कुणी फिरकलेलं नव्हतं. ''तुला जाऊन राहायचं असेल, तर राहा.'' असं मित्रानं सांगितलं.

हा वेडा तिथं गेला आणि आठ वर्षं राहिला. सोबत म्हणून त्यानं एकापाठोपाठ एक अशी दोन ओटर्स म्हणजे पाणकुत्री नेली. एकाचं नाव मिजबील, दुसऱ्याचं इडल. या निसर्गरम्य, शांत जागी राहून या दोन पाणकुत्र्यांवर आणि एकूणच त्या जागेबद्दल, तिथल्या पशुपक्ष्यांबद्दल, चार मैलांवर राहणाऱ्या शेजाऱ्यांबद्दल मॅक्सवेलनं या पुस्तकात लिहिलं आहे. ओटर त्यानं अरबस्तानातून नेलं होतं. दहा दिवसांचं पिलू होतं, ते मोठं झालं. हळूहळू बाहेर एकटं हिंडू लागलं आणि एके दिवशी परतच आलं नाही. मॅक्सवेलनं खूप तपास केला आणि शेवटी रानटी समजून कुणी शिकाऱ्यानं त्याला ठार मारल्याचं त्याला आढळलं. अर्थात हेसुद्धा लवकरच समजलं नाही.

अनेक दिवस मॅक्सवेल आपल्या मित्राच्या नावानं रात्री-अपरात्री हाका मारत राहिला.

''मिजी–!''

''मिजी–!''

त्यानं शिकाऱ्याचा पत्ता लावला. त्याला नाना परींनी विनवलं; पण त्याचं म्हणणं, ''मी ओटर मारलं नाही. माझ्या ट्रकखाली येऊन ते मेलं.''

''त्याचं कातडं तरी मला द्या.''

''ते मी फेकून दिलं. म्हाताऱ्या ओटरचं केस झडलेलं कातडं घरी कशाला आणू?'' मी सगळं सांगत बसत नाही, पण मॅक्सवेलनं या ओटरचं जे निरीक्षण केलं होतं, ते एवढं अपूर्व होतं की, ओटरच्या या विशिष्ट जातीला प्राणिशास्त्रज्ञांनी मॅक्सवेलचं नाव दिलं. Lutrogable Ferpicillata Maxwelli या नावानं ही जात आता ओळखली जाते. आपण कुठं राहिलो होतो, त्या जागेचं खरं नाव मॅक्सवेलनं पुस्तकाच्या प्रस्तावनेत सांगितलेलं नाही. ते सांगून या ठिकाणाचा विश्वासघात केल्यासारखं होईल, असं त्याचं म्हणणं आहे. कारण नाव उघड केल्यानं उद्योगधंदे आणि शहरी जीवन इथं येईल.

माती आणि इतर प्राणिजीवन यांपासून स्वत:ला वेगळं काढून माणसानं स्वत:चं अतोनात नुकसान केलं आहे, याबद्दल मला आता काही एक संदेह उरलेला

नाही, असं मॅक्सवेल सांगतो.

सकाळच्या फेरीत आम्हाला पुन्हा हत्ती दिसले. ओटर्स दिसली, डुकरं दिसली. सांबर आणि गवे दिसले.

माझी इच्छा होती की, एकवार पेरियारच्या जंगलातून पायी भटकावं. त्यासाठी इथल्या हॉटेल अधिकाऱ्याची मदत हवी होती. परत हॉटेलवर येताच मी पणिक्करना घेऊन साहेबमजकुरांच्या भेटीला त्यांच्या बंगल्यावर गेलो.

घर-ऑफिस एकच होतं.

साहेब नव्हते. बाईसाहेबांकडून कळलं की, ते फिरतीवर गेले होते आणि चार दिवसांनी परत येणार होते.

घोर निराशा झाली.

निदान पर्यटकांसाठी ठेवलेल्या हत्तीवरून जंगलात एक फेरी मारावी, म्हणून हत्तीचा तपास करत हिंडलो. हत्ती दिसला नाही. माहूत भेटला आणि त्यानं माहिती दिली की, हत्ती आजारी होता. पायाला दुखापत झाल्यामुळे तो चालू शकत नव्हता. त्यामुळे तूर्त फेरी बंद होती.

जे बघायला मिळालं, तेही थोडं नव्हतं, अशी मनाची समजूत घालून आम्ही गबाळं आवरलं, मोटारीत टाकलं आणि पुढच्या प्रवासासाठी 'अरण्य निवास' सोडलं!

■

'दीपावली' : दिवाळी वार्षिक, १९७९

मेळघाट

So do we enter the forest of Melghat and arrive at the confines of the tiger's own domain.

RIFLE AND ROMANCE
by COLONEL A.I.R. GLASFURD, 1925

अठ्ठ्याऐंशीच्या सरत्या फेब्रुवारीत लहानसं साहस करण्याच्या इराद्यानं मित्राबरोबर घराबाहेर पडलो. बाहेर पडताना शक्यतोवर एकानंच पडावं. सोबत हवीच, असं वाटलं, तर एक मित्र बरोबर असू द्यावा; पण दोघांचे तिघे झाले की, गर्दी होते, हे विसरू नये.

परत कधी यायचं, हे ठरवलेलं नव्हतं. काम उरकलं की, परत फिरू, असंही म्हणता येणार नव्हतं. कारण काही काम नव्हतंच. आतापर्यंत न पाहिलेल्या मेळघाट जंगलात हिंडावं, एवढाच हेतू होता. मेळघाट हा व्याघ्रप्रकल्प होता, पण वाघ पाहायला आम्ही निघालो नव्हतो. दिसलाच, तर डोळे झाकून घेऊ, असंही नव्हतं. वाघाशिवाय पाहण्यासारखं आणखीही बरंच जंगलात असतं, याचा अनुभव होता. आमच्यासाठी हव्या त्या दिवशी आणि हव्या त्या वेळी रेल्वेत जागा नव्हती; पण अशा अडचणीच्या वेळी कुणाच्यातरी भल्या अंत:करणात दुसऱ्यासाठी झीज सोसावी, असा सुविचारही येतो. आम्हाला मित्राची गाडी ड्रायव्हरसह मिळाली. खेड्यात, लग्नकार्याच्या निमित्तानं जेवणावळी होतात, तेव्हा निमंत्रित माणसं शहाणपणानं स्वत:ची थाळी आणि लोटा घेऊन जातात, तसाच काहीसा शहाणपणा वापरून इंधन आमचं आम्ही टाकलं.

औरंगाबाद, जालना, देऊळगावराजा, चिखली, खामगाव, शेगाव, अकोट,

अचलपूर असे गेलो. रस्त्यावर रहदारी नव्हतीच. केळीच्या बागा, संत्र्याच्या बागा, गुलाबी फुलांनी डवरलेली नेपतीची झुडपं, काळ्या खोडाच्या हिरव्यागर्द बाभळी आणि रामकाठी फुललेले पळस असं सगळं वातावरण होतं.

मारुतराव चितमपल्लींचा परतवाड्याचा बंगला म्हणजे कुणाही कवीला भुरळ घालील, अशी वास्तू होती. गावगर्दीपासून दूर असलेल्या या कौलारू बंगल्याभोवती विस्तीर्ण आवार होतं. आंब्याची गर्द झाडं होती. ऊन-सावलीचा मनोहर खेळ होता. हिरवळ होती. फुलझाडं होती. बुलबुल, मैना, पोपट होते. वानरांची एक झुंड इथली रहिवासीच होती. वानरिणी, पिलं, हुंदडणारी दांडगी तरणी पोरं झाडावरनं कौलांवर, कौलांवरून भिंतीवर पळापळी करीत होती. उड्या ठोकत होती. खारी शेपट्या उडवीत होत्या.

मारुतराव म्हणाले, ''वानरांचा त्रास टीव्ही ॲन्टेनाला फार आहे. नेमकी तो गाठतात आणि हलवत राहतात. या परिसरात जेवढे बंगले आहेत, त्या सगळ्यांच्या ॲन्टेनांना यांचा त्रास आहे. टीव्हीवर रागच दिसतो यांचा.''

वानरांचा राग बहुधा धारावाहिक चेष्टांवर असावा.

व्याघ्रप्रकल्पाचे वनरक्षक आणि क्षेत्रसंचालक गोगटेसाहेब शेजारच्याच बंगल्यात राहत होते. आम्हाला त्यांना भेटायची उत्सुकता होती. एक लेखक आणि एक चित्रकार अशा जोडीला मेळघाटात हिंडण्याची परवानगी त्यांनीच उदारपणानं दिली होती. पत्रात लिहिलं होतं – 'श्री. सुभाष अवचट यांच्यासह फेब्रुवारीच्या मध्यावर आपण अवश्य यावं. आपली निसर्गयात्रा आनंददायी होण्यास सर्वतोपरी साहाय्य करण्यात येईल.'

गोगटेसाहेब आकर्षक व्यक्तिमत्त्वाचे, उत्साही, जंगलाचं हिरवेपण आणि गहनगर्दपण आत्मसात केलेले उमदे अधिकारी होते. मेळघाटचा इतिहास, मेळघाट जंगलाचा स्वभाव याविषयी ते बोललेच, पण परतवाड्यापासून काही अंतरावर असलेल्या दुला रहिमान शहाची कबर या वास्तूसंबंधी इतक्या रसाळ, इतक्या बारीकसारीक गोष्टी त्यांनी सांगितल्या की, ही वास्तू पाहिलीच पाहिजे, असं वाटलं. कोणे एके काळी अचलपूर राजधानी होती. तिथला हिंदू राजा आणि दुला रहिमान यांची लढाई झाली. अकरा हजार योद्धे मारले गेले. त्या घटनेची स्मृती म्हणजे ही वास्तू होती. वाहता प्रवाह नसलेल्या नदीच्या काठावर ही पुराणी, अजस्र दगडी वास्तू उभी होती. तांबूस करड्या अजस्र दगडी फाडी, मध्ये भरलेला चुना, मिनार, भिंताडं, कमानी, अंधार, कोंदट पाकोळी-वास, पायऱ्या, गोल पांढरे घुमट, विस्तीर्ण बरड जमीन, चार निंबाची झाडं अशी ही बघणाऱ्याला भूतकाळात घेऊन जाणारी वास्तू होती!

रात्री मारुतरावांच्या हॉलमध्ये खालीच अंथरुणं टाकून आम्ही तिघेही उशिरापर्यंत गप्पा मारत पडलो होतो. मध्येच फाडकन मोठा आवाज झाला. आम्ही स्तब्ध राहिलो. काय झालं, ते कळेना.

मारुतराव म्हणाले, ''काही नाही. शेंग फुटली.''

त्यांनी आणखी काही खुलासा करण्याच्या आत पुन्हा तसाच आवाज झाला. स्फोटासरशी चहू अंगाला फेकल्या गेलेल्या बिया कुठं कुठं थटून खाली पडल्या, तेही ऐकू आलं. मारुतरावांच्या छायाला चित्रं काढण्याचा नाद होता. फूट फूट लांबीच्या, रुंद तांबूस सावळ्या शेंगांवर चित्रं रंगवून छायानं त्या भिंतीला लावून ठेवल्याचं मी पाहिलं होतं.

शेंगांची वेळ आत्ता भरली होती आणि स्फोट होऊन त्यांच्यातल्या तांबड्या पैशाच्या आकाराच्या चपट्या बिया चौफेर फेकल्या गेल्या होत्या. माहोल (मला वाटतं, हे मुळात महावेल असं नाव असावं; जसं महाळुंग, महारुख) वेलीच्या शेंगांनी निसर्गानं ठरवून दिलेली वेळ पाळली होती. नाल्याच्या काठानं, वृक्षांना बिलगून जोमानं वाढलेल्या या वेलीच्या बिया चौफेर पसराव्यात, प्रवाहात पडून दूर जाव्यात आणि रुजाव्यात, अशी निसर्गाची व्यवस्था होती. आपल्याला वेलीवरून काढून चार भिंतींच्या आत शोभेची वस्तू म्हणून भिंतीवर लटकवलं आहे, इथं पाण्याचा प्रवाह नाही आणि रुजावं, अशी मातीही नाही, ही गोष्ट शेंगांनी ध्यानी घेतली नव्हती. घरातही त्या निसर्गनियमाप्रमाणं वागल्या होत्या.

सकाळी सुभाषनं त्या बिया गोळा केल्या आणि आपल्या किट्बॅगमध्ये ठेवून दिल्या. समुद्रावर हिंडताना सापडलेले शंख आणि शिंपले मुलं घरी नेतात, तशा! मेळघाटच्या जंगलानं हे बार वाजवून आमचं स्वागत केलं होतं.

(घरी परत आल्यावर मी डॉ. आपटे यांचे दोन संग्रह आणि गॅझेटियर चाळलं; पण 'माहोल' वेल सापडली नाही. इतरत्र बऱ्याच तपासानंतर Bauhinia Vahili हे नाव सापडलं.)

दुसऱ्या दिवशी आम्ही मेळघाट पाहायला मारुतराव चितमपल्ली यांच्याबरोबर निघालो.

हिरव्या परिसरातून जाताना अरुंद वाट, चढ-उतार असंच जावं लागतं. वाटेवर चरणारे होले फर्रर आवाज करून उडतात. हवेला लाथा मारीत रानकोंबड्या पळतात. सोगे ओढीत मोर रस्ता सोडून जंगलात जातात. या दिवसांत काही वेळा जंगल पेटतं. गवताच्या बियांच्या लाह्या होतात. त्या वेचण्यासाठी कोंबड्या आणि मोर वाटेकडेनं हिंडताना दिसतात. जाताना वाटेवर कोरकूंची वस्ती लागली. नागडीउघडी पोरं ओढ्याच्या पाण्यात मासे झोळताना दिसली. गावाला लागून

उतारावरची लहान-लहान शेतं होती. त्यात हरभरा, गहू असलं उभं पीक! उंच माळे, पण छपराचे! हरणं, रानडुकरं, सांबर असल्या प्राण्यांपासून पीक राखण्यासाठी कोरकू शेतकऱ्याला रात्रभर माळ्यावर जागं राहावं लागतं. रात्री काढायच्या, म्हणजे वर छप्पर पाहिजेच!

मेळघाटातला सर्वांत आद्य रहिवासी म्हणजे निसर्गच; पण या निसर्गाला शोभून दिसतात, असे कोरकूही तिथले रहिवासीच!

बराच वेळ आम्ही एका वस्तीत रेंगाळलो. समोरासमोर अशा मातीच्या घरांच्या दोन ओळी. चुली कराव्या, तितक्या गुळगुळीत हातांनी केलेली लहान टुमदार छपरी घरं. बाया किंवा सुगरण पाखराप्रमाणं स्वत: खपून बांधलेली. पुढं बांधून काढलेलं गोलाकार नितळ अंगण. त्याची उंची एवढीच की, बाहेरचं काही सरपटतं जनावर किंवा उडालेला केर, फुफाटा आत न येता बाहेरच राहावा; वाहतं पाणी वर चढू नये. कट्ट्याचा उपयोग माणसांना बूड टेकायलाही व्हावा. काही अंगणात दोन एस्क्यांवर जाड दांडी आडवी टाकून बसण्याची सोय केलेली. हीही तुम्हा-आम्हाला अवघड वाटेल अशीच! अंगण चढून गेलं की, उतरत्या छपराखालचा आडोसा. इथल्या आडव्या भिंतीवर मातीच्या उंचवट्यात केलेली चित्रं; लहान झाडं, डहाळ्या,

पानं आणि फुलं. फुलांच्या मध्यभागी भिंग बसवलेलं. वाटलं, तर यात जाता येतं. उठता बसता तोंड बघावं. एक भिंग खालीही होतं. घराची मालकीण म्हणजे एक शेलाटी तरुणी घराच्या भिंती सारवीत होती. तिला सुभाषनं विचारलं, ''हे एक भिंग झालं तोंड बघायला, मग हे दुसरं खाली कशाला?''

तेव्हा फांदीवर खार हलते, तशी हलून ती कोरकुनी म्हणाली, ''बसून येनीफनी करायला.''

बरोबर आहे. जातायेता तोंड पाहणं वेगळं आणि नीट बसून वेणीफणी करणं वेगळं. या दोन कामांसाठी दोन भिंग ही सोय होती. चैन नव्हे. कोरकूच्या एकाही घराला दार नव्हतं. कोणत्या पाखरांच्या घरट्याला असतं?

आतसुद्धा सगळी रचना वारुळात असते तशी सुबक, गुळगुळीत! बेताचा उजेड, बेताची जागा, बेताची उंची, बेताचा आकार अशी! सारवलेली बुटकी कणगुली. टोपल्या. घरात मातकट उष्ण वास.

घरात जातं होतं; लहानसं, कोयरीच्या आकाराचं; पण तेही मातीचंच! घराच्या मालकिणीचं नाव ढेमाय.

तिला विचारलं, ''या जात्यानं काय दळायचं?''

तर तिनं सुपातलं गवताचं बी दाखवलं; तांबूस, जवसासारख्या आकाराचं. या जात्याचं काम म्हणजे बियांवरचं टरफल काढणं; पीठ करणं नव्हे. टरफल काढल्यावर लापशी करायची.

एका झोपडीत भिंतीकडेला लागून बांबू रोवला होता. सहाफुटी बांबूच्या टोकाला गोल घरटं होतं; बांबूच्या चोयांनी विणलेलं. हे काय, तर कोंबडीनं रात्री बसावं आणि अंडं घालावं, म्हणून सोय!

झोपडीचा मालक मालजी गोंड अंडी देणारी एकच कोंबडी पाळून होता. बोका, कोल्हा यांच्यासारख्या चोरट्यांपासून कोंबडी राखायची, म्हणून त्यानं झाड आणि पाखराचं घरटं झोपडीतच नकललं होतं. उडता पक्षी बघून कल्पक माणसानं विमान नाही का बांधलं?

मेळघाटात वस्तुसंग्रहालयाची इमारत बांधली जात होती. आम्ही मारुतरावांना म्हणालो, ''एक कोरकूची झोपडी, एक कोंबडीचं घरटं, एक मातीचं जातं या संग्रहालयात हवंच बरं का!''

आम्ही काय करतोय, हे बघण्यासाठी आता पोरंसोरं गोळा झाली. शिमगा सण पुढं आला होता, म्हणून सगळे जण घरं, अंगणं सारवण्या-सुरवण्यात दंग होते. घराघरांपुढं चिखल तुडवला जात होता. विशेष म्हणजे या कामात गुंतलेल्या सगळ्या स्त्रियाच होत्या. कोणी पुरुष चिखल करताना किंवा अंगण लिंपताना दिसला नाही. घरातलं काम बायकांचं, बाहेरचं पुरुषांचं. म्हणूनच आपल्या बायकोला

'घरवाली' म्हणण्याची प्रथा आली असावी आणि पुरुषाला 'मर्द.'

दोन घरांच्या मधल्या पट्टीत काही गोल गुंडगोळे गोटे जमावानं आढळले. हे काय म्हणून विचारलं, तर कळलं की, देव! त्यांना शेंदूर लावण्याचं काही प्रयोजन नसावं. गोलाई आणि माणसाच्या दोन्ही हातांत मावण्याएवढा आकार दगडांना देव म्हणून इथं आणायला पुरेसा असावा. दगडांचा ढीग करून त्यावर गारेचा तुकडा ठेवला की, कोरकूंचं देवस्थान तयार होतं म्हणे!

या 'केली' नावाच्या गावात काही गोंडही राहत होते. गोंड आणि कोरकू शतकानुशतकं एकत्र राहत आले आहेत. मुळात हे भटकेच. आजही त्यांची घरं

पक्की बांधलेली नसतातच. झोपड्याच असतात. पूर्वी शिकारीवरच गुजराण करत. आता थोडीफार शेती करायला शिकलेत.

साग, हळदू, धावडा, साजा, पिंपळ, वड, औदुंबर, अर्जुन, करू अशा वृक्षा-महावृक्षांनी भरलेल्या जंगलात क्वचित कुठं चिंचेची एक-दोन झाडं दिसतात. आसपास बोरीची झुडपं आढळतात. ही उठून गेलेल्या वस्तीची खूण असते. एरवी पानगळी जंगलात चिंच कुठून येईल? ती माणसानं आणलेली असते आणि बोरीच्या झुडपांची आयात अस्वलांनी, कोल्ह्यांनी केलेली असते. गाव उठून गेलं की, वसाणात हिंडणारे उंदीर खाण्यासाठी कोल्हे येतात. कोल्होबा, कोल्होबा, बोरं पिकली, या लोककथेतल्या कोल्यालाच बोरांची आवड असते, असं नाही. सगळ्याच कोल्यांना, अस्वलांना असते. बोरी असतील, तिथं जाऊन कोल्हे, अस्वलं बोरं खातात आणि अशा उठून गेलेल्या गावात येऊन उंदीर शोधताना त्यांची विष्ठा पडते. पोटातून बाहेर पडलेल्या बोराच्या आठोळ्यांवर आयती प्रक्रिया झालेली असते. त्यामुळे त्या रुजतात आणि बोराट्या दिसू लागतात.

गाव उठून गेलेल्या अशा एका जागी देवस्थान आहे, असं कळलं. कसलं देवस्थान बघू या म्हणून गेलो, तर ऐन जंगलात उभा घडीव दगडी खांब पडलेला आढळला. वरचा कळस सुटलेला होता. एका बाजूवर कोरलेला हात होता. स्त्री-पुरुषाची जोडी होती. राघू होता. एका बाजूवर घोड्यावर आरूढ झालेला, खांद्यावर भाला घेतलेला योद्धा होता.

म्हणजे हा कोण्या सतीचा स्मृतिस्तंभ होता. रणांगणावर मारल्या गेलेल्या योद्ध्यामागे त्याची पत्नी सती गेली. तिच्या नावानं उभारलेला स्तंभ! हे शिल्प काही ओबडधोबड नव्हतं. चांगल्या गुणी शिल्पकारानं कोरलेली ही सुबक कलाकृती होती. म्हणजे कुठंतरी मोठ्या नगरात घडवून ती इथपर्यंत वाहून आणली असली पाहिजे. राघू कशासाठी, हे कोडं उलगडलं नाही. कदाचित योद्ध्याची जात सांगण्यासाठी हा संकेत असावा. लोकमानसात पक्ष्यांनाही जाती असतात. या स्तंभापासून दोनशे यार्डांवर चिंचेचं झाडही होतं. म्हणजे एके काळी हे गावठाण होतं, हे नक्कीच! शिकारीच्या राखीव जंगलातून राजे लोकांनी गावं उठवली असावीत.

मेळघाटमध्ये काही जागी टणटणीच्या जाळ्याही बेसुमार वाढल्या आहेत. ही पीडा इथं कशी आली, तर काही साहेब लोकांनी सुरेख फुलझाडं म्हणून टणटणी बाहेरून आणून बागेतल्या कुंडीतून लावली. सुंदर फुलांतून येणारी निळीकाळी रसदार फळं पाखरांनी खाल्ली आणि पाखरांच्या विष्ठेतून टणटणीचा प्रसार झाला.

जंगलात अनेक जागी सुरेख सुरेख अशी विश्रामधामं आहेत. सेमाडोह, तारुबांदा, ढाकना, कोलकाझ, कोकटू. जंगलातल्या या विश्रामधामांचासुद्धा वास्तुनुरूप स्वभाव असतो, आब असतो. आजूबाजूचा विस्तृत परिसर, मुळातले जंगली वृक्ष आणि मुद्दाम लावलेले वृक्ष. मागे टेकडी आणि पुढं दरी. ती उंची, तो चौफेर व्हरांडा, ते पोर्च, फर्निचर, अंधार-उजेडाचा खेळ! तो एकान्त, ती सोय, ती गैरसोय असा सगळा जामानिमा असतो! इथं सकाळ सुगंधी आणि नाना मंजूळ आवाजांनी गाजणारी, उल्हसित असते. दुपार स्तब्ध आणि विस्तारित असते. संध्याकाळ हलणारी, फडफडणारी, उंच हाका देणारी असते आणि रात्र गूढ, खसपसणारी, दचकवणाऱ्या आवाजांची, गर्द असते. काही एकाकी विश्रामधामं भूतकथांचे काळे बुरखे घेऊन उभी आहेत. फिरतीवर असणारे अधिकारी इथं मुक्कामाला राहणं टाळतात म्हणे. जंगलातल्या, बाजूच्या जुन्या विश्रामधामाच्या इमारतीभोवतीची जमीन भूतकथांचं पीक उगवायला सुपीक असते.

भुताचा जन्म सांगणारी एक कथा मारुतराव चितमपल्लींनी सांगितली. अगदी बाजूच्या अशा जुन्या विश्रामधामात मध्यरात्रीला घुंगरांचे आवाज ऐकू येत. भल्यामोठ्या, उंच, कौलारू छप्पर असलेल्या या वास्तूत रात्री कंदीलच लावून ठेवले जात. कंदील किंवा आरगिनी. त्यामुळे मूळचं लांब, रुंद, उंच दालन आणखी पसरे आणि निखळ काळोख्या रात्री बऱ्याचदा कंदील, आरगीन विझून जाई. कौलांवर आवाज येई. वारा दारं-खिडक्या वाजवी आणि काही घुंगरांचा आवाज स्पष्ट ऐकू येई. भास वगैरे काही नाही. स्वच्छ घुंगरू, नाचणाऱ्या बाईच्या पायातले घुंगरू आवाज करतात, तसा आवाज!

पुढं या विश्रामधामात कुणी राहिनासं झालं. झपाटलेली जागा म्हणूनच हे ठिकाण प्रसिद्धी पावलं. कुणा चौकस जंगल अधिकाऱ्यानं तपास घेतला आणि या भुताचा जन्म मुंगसापासून झाला आहे, असं त्याच्या ध्यानी आलं.

बंगल्याशेजारीच राहणाऱ्या हौशी फॉरेस्ट गार्डनं मुंगसाचं पिल्लू पाळलं. पाळीव प्राण्याच्या गळ्यात घुंगरं बांधण्याची पद्धत आहेच. माकड, मांजर, कुत्रा, हरीण, शेरडू, करडू यांनी माणसाला माया लावली की, त्याच्या गळ्यात घुंगरू बांधले जातात. या मुंगसाच्या गळ्यातही घुंगरू बांधलेलं होतं. वयात येताच मुंगूस घर सोडून जंगलात पळालं. जंगली झालं. रात्री कधी ते ओळखीच्या विश्रामधामाच्या आवारात यायचं आणि भक्ष्य शोधत कौलारू छपराखालच्या दांड्यावरून पळापळी करायचं. पावलांचे, घुंगरांचे आवाज झोपेतून जाग्या झालेल्या माणसाला हादरवून टाकत.

मारुतरावांपाशी वनविद्या आहे आणि वनसंबंधित अद्‌भुत कथांचा साठाही आहे. वनवासी लोकांत अनेक वर्षं वावरलेले मारुतराव आपल्या शांत, गंभीर आवाजात कथा सांगतात, तेव्हा ऐकणाऱ्याला त्या त्या वातावरणात घेऊन जातात. मोहाच्या

झाडावर जशी फुलं उमलतात त्याप्रमाणेच या कथा इथल्या जीवनात जन्म घेतात, असं वाटतं.

मेळघाटातल्या अरुंद आणि चढउताराच्या वाटेवरून रात्री जीप धावत असताना माणिक डोळ्यांचे रातवे दुरून चमकतात. रस्त्याच्या डावीकडून उजवीकडे-उजवीकडून डावीकडे उडतात. झाडावरचे बेडूक, उडत्या खारी, बडजर असले इतर जंगलात न आढळणारे प्राणी दिसणाऱ्या या जंगलात नाइट जार किंवा रातव्याच्या किती जाती आहेत! नेहमी ऐकू येणारा चक्कु, चक्कु, चक्कु आणि टक्, टक्, टक् टर्कर्र हा आवाज इथंही येत होता. रातवे संध्याकाळी आणि पहाटे ऐकू येतात. चांदण्या रात्री मात्र रात्रभर ऐकू येतात. हा घुबडाप्रमाणं रात्रीचा पक्षी आहे आणि तो फक्त उडतानाच आवाज करणं थांबवत असावा. नागझिरा जंगलात हे दोन्ही आवाज ऐकू येतात. हे दोन वेगवेगळ्या आकाराचे, रंगांचे पक्षी आहेत का, याचा तपास मला कधी घेता आलेला नाही. लेस्ली ब्राऊन हा लेखक सांगतो की, बॅटरीचा झोत टाकून रातवा पकडता येतो. 'हू आर यू' आणि 'चंकविल्स विडो' असे आवाज काढणारे रातवे आपण त्रिनिदादला ऐकल्याचं तो सांगतो. 'पुअर मी ऑल अलोन' असं म्हणून नि:श्वास सोडल्याचा आवाज करणाऱ्या रातव्याच्या आवाजाचं वर्णन करून त्यानं म्हटलं आहे की, 'रात्री अंथरुणावर पडल्या पडल्या हे कडवं ऐकलं की, लगेच उठून बाहेर पडावं आणि गायकाचा शोध घ्यावा, असं वाटतं.' डॉ. सलीम अलींनी आपल्या पुस्तकात 'कॉमन इंडियन नाइट जार' म्हणून एकाच पक्ष्याचं वर्णन केलेलं आहे.

काही वेळा जीपच्या प्रकाशझोतात उडणारं घुबड दिसे. रस्त्यावर ससे टणाटणा उड्या घेत. ससा दिसला की, जीपमधले जंगल अधिकारी म्हणत, 'ससा दिसला, आता इतर प्राणी दिसायचा नाही.' मांजर आडवं गेलं की, काम होणार नाही, म्हणतात, तशीच हीही समजूत असावी; पण इथं 'इतर प्राणी' म्हणणाऱ्यांच्या मनात बहुधा वाघ किंवा बिबळ्या असावा. वाघ दिसला की, जंगलात काय अवस्था होते, हे मी रणथंबोरच्या तळ्यावर संध्याकाळी वाघीण आणि तिचे दोन बच्चे पाण्यावर आले, तेव्हा पाहिलेलं होतं. आजूबाजूच्या केवढ्यातरी विस्तृत परिसरात पळापळ आणि कोलाहल माजतो. पाणपक्षीसुद्धा थव्यानं पाण्यातून आकाशात भरारी घेतात आणि सावधान, सावधान अशा हाका देतात. हा दबदबा पाहिला की, वाघाला जंगलचा राजा का म्हणतात, हे कळतं. सर्कशीतला किंवा प्राणिसंग्रहालयातला वाघ बघून हे कधी कळत नाही.

कोलकाझच्या सुंदर विश्रामधामात आम्हाला श्री. गोगटे पुन्हा भेटले. विश्रामधामासमोरच्या नदीच्या पात्रातून काही वेळ आम्ही भटकलो आणि कोकटू विश्रामधामकडे निघालो. कोलकाझच्या आसपास शेती, वस्ती असावी. कारण

नदीच्या पात्रात पाण्यावर आलेल्या गुरांच्या खुणा दिसल्या. हत्तीची लीद पाहून मी थांबलो, तेव्हा खुलासा झाला. 'हा रानातला नाही. आमचा, लाकडाचे ओंडके उचलणारा हत्ती आहे.'

'कोअर एरिया' म्हणून ओळखल्या जाणाऱ्या जंगलात पायउतार होऊन चढाची वाट आम्ही चढलो, तेव्हा तांबड्या मातीवर पहिल्यांदा वाघाची पावलं लागली. ती ताजी होती. वाघाची का वाघिणीची, हे तपासण्यासाठी मारुतरावांनी काडीनं पावलाभोवती चौक आखला.

ठसा लांबट असला, तर वाघीण; चौकोनीच असला, तर वाघ. हा चौकोनी होता. म्हणजे वाघ.

रात्रीच्या, सकाळच्या प्रवासात कुठंतरी वाघाचं दर्शन होईल, असं वाटत होतं.

आवाज ऐकू येईल, निदान धावणारी सांबर, ओरडणारे मोर आणि झाडांच्या शेंड्यांवरून पळापळी करणारी वानरं आम्हाला वाघाची वार्ता देतील, असं सारखं वाटत होतं. जीप जाईल, अशी वाट नव्यानंच केली जात होती. ती कशी झाली होती, हे बघण्यासाठी गोगटेसाहेब फर्लांग-दोन फर्लांग चढावरून, उतारावरून, अरुंद कडेवरून चालत निघाले. आम्हीही निघालो.

वाटेवर प्रथमच सर्प आडवा गेला. तांबड्या वाटेवरून आणि पिवळ्या गवतपाचोळ्यातून इतक्या वेगानं तो डगरीवर दिसेनासा झाला की, ओळख अजिबात पटली नाही. आम्ही तिघं-चौघे उतारावरून दणदण येत होतो. पायांत बूट होते. केव्हाच्या केव्हा त्याला आमचा पत्ता लागला असेल. कोकटूचं विश्रामधाम भव्य, देखणं आणि प्रशस्त होतं. मागं टेकडी, पुढं नाला. सभोवार सुरेख झाडी. झाडांतून वानरं उड्या घेत होती. पक्षी गात होते.

शेरडा-गुरांचा वावर, बैलगाड्या, वाहनांचे, गर्दीचे आवाज असं काहीही नव्हतं. तुडुंब निवांतपणा सर्वत्र भरून राहिला होता.

चित्रकार सुभाष अवचट म्हणजे उत्साहाचा धबधबा आहे. उंच स्वरात बोलेल, धो धो खळखळेल.

''तात्या, कंटाळा आला हो!''

हेसुद्धा तो अशा आविर्भावानं म्हणतो की, उंच दरडीवरून काळ्याशार डोहात चौफेर पाणी उसळेल, अशी उडी त्यानं घेतलीये.

अमरावतीला त्याच्या एका मित्राच्या घरी आम्ही परत जाताना मुक्काम केला. माझ्या ओळखीचं कोणी नाही. घर लांबलचक असं. आम्हा दोघांची झोपायची खोली अगदी पुढच्या दारी आणि बाथरूम थेट मागच्या दारी. मी सुभाषला म्हणालो, ''सुभाष, रात्री मला जर उठावं लागलं, तर पंचाईतच होईल. या झोपलेल्या लोकांच्या दालनातून वाट काढत काढत जावं लागेल. दिवे लावावे लागतील.''

तर हा म्हणाला, ''तात्या, अजिबात घाबरायचं नाही. थेट मागं जायचं. मधल्या दालनातून कोणी नसतं. ही बॅटरी घ्या.''

हे एक ब्रह्मवाक्य होतं : अजिबात घाबरायचं नाही.

एकदा मी म्हणालो, ''सुभाष, ऑइलमध्ये पोर्ट्रेट करताना हे रंग पातळ करून घ्यावेत का तसेच, असा प्रश्न मला पडतो.''

''तात्या, अजिबात घाबरायचं नाही. रपारप रंग ठेवायचे!''

कोकटूच्या विश्रामधामात सुभाष मला म्हणाला, ''आता पॅड आणि स्केचपेन घेऊन जंगलात चिक्कार भटकू या.''

"सुभाष, सगळ्या थोर संस्कृती नद्यांच्या काठावर विकसित झाल्या आहेत. भटकायचं, तर नाल्याच्या काठाकाठानं भटकू. तिथं भेटेल, ते जंगलात भेटणार नाही. मला सोन्थायमर एकदा म्हणाले की, मी ब्रह्मपुराणात वाचलं आहे की, धर्माचं बीज अरण्यात सापडतं. आपण ते समोरच्या नाल्याच्या काठी सापडतं का, हे धुंडू या."

"चला, तात्या."

मारुतराव अनुभवी अरण्यअभ्यासक. ते म्हणाले, "छोटासा ब्रेकफास्ट घेऊ आणि मग जाऊ."

उपाशी पोटानं चित्रकला जास्ती कळते, असं हेमिंग्वेनं 'पॅरिस इज ए मूव्हेबल फीस्ट'मध्ये म्हटलं आहे. मारुतरावांचं मत, अरण्य पाहायचं, तर किंचित भरल्या पोटीच, असं असावं. कारण एकदा बाहेर पडलं की, परत येणं आमच्या हाती नव्हतं. आम्ही जलदीनं ब्रेकफास्ट उरकला आणि नाल्याच्या काठानं फिरण्यासाठी सात वाजता बाहेर पडलो. (परत यायला दुपारचे दोन वाजले!)

दोन्ही बाजूंनी उंच उंच दरडी. करू, अंजन असे भव्य वृक्ष. त्यावर चढलेल्या अजस्र वेली. पिवळं पिवळं उंच गवत. नागमोडी वळणं. फुटबॉलपासून हत्तीच्या अंगासारखे मोठे असे वेगवेगळ्या आकारातले पाषाण. मध्येच प्रचंड पाषाणांची सावली घेऊन गडद निळं झालेलं पाणी आणि त्याच्या काठी पाषाणावर बसलेला मुठीएवढा निश्चल खंड्या पक्षी. निळ्या पाण्यावरून घसरगुंडी खेळणारे पाननिवळे किडे. मारुतरावांच्या घरात शेंगा फुटल्याचे जे बार आम्ही ऐकले, ती माहोल वेल इथं भेटली; भल्या मोठ्या खोडाची आणि भल्या मोठ्या पानांची! आपट्याचं पान असतं, तसं या वेलीचं घडीचं पान होतं आणि पानाच्या बाजूची उंची फूटभर होती. या हिरव्या पानात आदिवासी मासे घालतात, घडी घालून पान पत्रावळीप्रमाणं शिवतात आणि उष्ण राखेत ही घडी खुपसतात. मासे उकडून निघतात. रताळ्याची हंडी, तशी ही माशांची हंडी!

नाल्याच्या दरडीवर वारंवार करू वृक्ष दिसले. गोरं गोरं गुळगुळीत असं या झाडाचं खोड इतर झाडांपासून वेगळं दिसतं. सावलीत, अंधारात, चांदण्यांतही दडत नाही. जागजागी विशाल अर्जुन होते. एक नाल्याच्या अगदी काठावर होता. इमारतीचा भक्कम पाया उघडा पडावा, तशा याच्या मुळ्या उघड्या पडल्या होत्या. धरित्रीला धरून राहिलेली त्याची मुळं जाडीनं केवढी मोठी आणि किती लांबलचक होती! तिघा-चौघांच्या कवेतही मावणार नाही, एवढं विशाल खोड आणि तो मुळांचा पसारा.

"तात्या, आता इथं दगडावर जरा वेळ बसा." असं सांगून सुभाष पॅड घेऊन बसला. काळ्या स्केचपेननं त्यानं हा अर्जुन पॅडच्या पांढऱ्या पानावर आणला.

गोट्या शिळांनी भरलेल्या नाल्यातून एकामागोमाग एक असे आम्ही जात होतो. रेंजर, मारुतराव, सुभाष, मी. हातात लहान वही घेऊन मारुतराव टिपणं करत कुठं झाडावर घुबड दिसलं, कुठं तुरेवाला गरुड दिसला, की थांबत. त्यामुळे ते मागे पडत. त्यांच्या आमच्यात वीस-तीस यार्डांचं अंतर पडे. सतत गोट्यांवरून चालणं ही कसरतच असते.

मध्येच दाणकन दगडावर वाळल्या रक्ताचं ठिगळ दिसलं.

आणखीही काही रक्त गोट्यांवरून शिंतडलं होतं.

"सुभाष, इथं वाघानं शिकार केलीये." अधिकाऱ्यांनी शोधाशोध केल्यावर सांबराच्या केसांचे पुंजके मिळाले. जबड्याचं हाडही मिळालं. वर थोड्या अंतरावर वाघाची विष्ठाही दिसली.

ही झटापट किती दिवसांपूर्वी झाली असावी, याचा नेमका अंदाज करणं कठीण होतं, पण हा नाला हे खास वाघाचं राज्य आहे. अजस्त्र शिळा, वृक्ष, उंच उंच डगरी आणि शांतता. नाल्यातून हिंडताना आपण वाघाच्या प्रदेशातून जातो आहोत, ही जाणीव सतत होत होती. मारुतराव एकटेच मागे राहिले की, काळजी वाटून आम्ही थांबून राहत होतो.

पुढं आणखी एक विलक्षण अर्जुन नाल्याच्या डाव्या कडेवर आढळला. याच्या खोडावर अनेक गुल्मं, अनेक नाभी होत्या आणि त्या आकारातून चित्रं, शिल्पं जन्मली होती. एकावर तर मला चक्क कोरकू आदिवासींचा चेहराच दिसला!

"सुभाष, माझ्यासाठी याचा फोटो घे. हे निसर्गनिर्मित असं सुरेख शिल्प आहे." अशा वेळी आपल्या हातच्या रेषा दुबळ्या वाटतात. जे दिसतंय, ते रेषांत व्यक्त करणं अशक्य होतं. आपली शक्ती तोकडी तर आहेच, पण हे रेषांच्या पलीकडचं आहे, अशी जाणीव होते. तरीपण मी उभा राहून केवळ माझ्या आठवणीसाठी एक रेखाटन केलं. सुभाषनं फोटोही घेतला, पण ती फिल्म मारुतरावांकडे राहिली. कारण त्याच फिल्मवर आधी त्यांनी घेतलेले काही फोटो होते.

आता नाला संपला, असं वाटावं, असं वळण येई आणि त्या वळणावर गेलं की, पुढं आणखी नाला उलगडला जाई.

एका जागी मेळघाटातील पुराणपुरुष असा औदुंबर वृक्ष भेटला. वाघाची पाण्यावर येण्याची आवडती जागा, अशा निळ्याभोर डोहाच्या अलीकडं उंच दरडीला पाठीशी घेऊन हा उभा होता. त्याच्या खोडात प्रचंड ढोली होती. एवढी की, कोरकूचं एक कुटुंब त्यात सुखानं राहिलं असतं. आमच्या सोबत जंगलचे अधिकारी होते. त्यांच्या हातात दांडकं होतं. खोडाचा घेर मोजला, तर तो बारा मीटर भरला. "मारुतराव, हा वृक्ष सांभाळावा, जपावा, असा आहे. हा या नाल्याचं वैभव आहे. कदाचित साऱ्या मेळघाटाचंही असेल. एवढा औदुंबर आणखी कुठं पाहायला मिळेल?"

बराच वेळ झाला होता. एक वाजून गेला होता. आम्ही परत फिरलो. नाल्याकडे येणाऱ्या वाघाची पावलं पुन्हा दिसली. सांबराची एक मादी, तिची मोठी लेक आणि धाकटी लेक अशी तीन सांबरं आढळली. गोटे तुडवीत आम्ही कोकटू रेस्ट हाउसवर आलो.

जेवणाच्या टेबलापाशी बसलो आणि बातमी कळली की, अमक्या-तमक्या ठिकाणी वाघानं गाय मारली आहे.

गोगटेसाहेबांनी परत वायरलेसवरून निरोप पाठवला, "गाय हलवू नका. जवळच्या झाडावर मचाण करा. आम्ही बघायला येतो."

जागी पोहोचलो, तेव्हा संध्याकाळ झाली होती. आम्ही पश्चिम दिशेकडून आलो. पूर्व दिशेला दोनशे यार्ड रस्ता पुढं गेला होता. रस्त्याच्या दोन्ही बाजूंना झाडी होती. रस्त्याचा मध्यबिंदू धरून उत्तरेकडं अर्धवर्तुळ काढलं, तर जसं दिसेल, तसा रस्त्याच्या वरच्या टोकाकडून नाला गेलेला होता. रस्त्याच्या उत्तरेला थोडासा उतार असलेलं रान नाल्यापर्यंत गेलं होतं. नाल्याकडेच कुणा कोरकूनं चार मेढी रोवून छप्पर उभारलं होतं. त्यात बांधलेली गाय वाघानं मारली होती.

रस्त्यावर उतरून पायवाटेनं आम्ही छपरापर्यंत आलो. दिवस मावळला होता. लहानसं छप्पर होतं. गाय दक्षिण-उत्तर अशी पडलेली होती. गळा दाबून मारली होती. शेपटाकडचा थोडा भाग कुरतडला होता. बहुधा इतर जनावरांनीच. रस्त्याकडेच्या झाडीत, नाल्याशेजारी एक वानर वारंवार इशाऱ्याचं ओरडत होता. 'खकर्र खक्, खकर्र खक्.' त्यानं वाघ पाहिलेला असावा. म्हणजे आता वाघ नाल्यात असावा.

छपरापासून शंभर पावलं अंतरावर दोन मोठी मोहाची झाडं होती. पैकी नाल्याच्या बाजूला असलेल्या मोहाच्या झाडावर मचाण केलेलं होतं.

वानर ओरडत होताच. गोगटेसाहेब, मारुतराव, मी, सुभाष आणि एक रेंजर असे पाच जण होतो. पैकी मारुतराव म्हणाले, "मी काही बघायला बसत नाही. गाडी घेऊन तुम्हाला न्यायला येतो. किती वाजता येऊ?"

"आठला या."

सात वाजलेच होते.

वानर ओरडत होताच.

सुभाष म्हणाला, "तात्या, तुम्ही चढाल?"

कुणीतरी सुचवलं की, वस्तीवर जाऊन शिडी आणावी. मोहाचा बुंधा प्रचंड होता. कवेत घेण्यापलीकडचा आणि मचाण वीस फुटांवर होतं. या सगळ्या मंडळींत वयानं जास्ती असा मीच होतो. म्हणालो, "आता वेळ नाही. संधिप्रकाश नाहीसा होता होता वाघ गाईवर येईल. शिडीची वाट तो कशाला बघेल? थोडा टेकू

द्या, मी चढतो.''

पायातले बूट काढून बुंध्याशी टाकणं म्हणजे, आम्ही इथं आहोत, अशी पाटी लावण्यापैकी झालं असतं. हंटर बूट पायात ठेवूनच चढलो. सुभाष, मी, गोगटेसाहेब, रेंजर.

मारुतराव गाडी घेऊन रस्त्यापलीकडे वस्ती होती तिकडे गेले. गाय ज्या पद्धतीनं मारलेली होती, तिच्यावरून वाटत होतं की, ही लहानखुरी गाय पँथरनं मारलेली आहे, टायगरनं नव्हे. टायगर, पँथर, चित्ता या सर्वांना आपल्या खेड्यांतून वाघ म्हणूनच ओळखतात.

पँथर हे चाणाक्ष जनावर आहे. वानर इशारा देत होता, त्या अर्थी आता हा पँथर नाल्यात होता. नाल्याची दडण घेत घेत तो आमच्या डाव्या बाजूला येईल. तिथून पन्नास-पंचाहत्तर फूट रान पार करून छपरातल्या गाईवर येईल, असा माझा कयास होता. चढावरचा रस्ता आता आमच्या उजव्या बाजूला आला होता. अगदी गडद काळोख नव्हता. आकाशात चंद्रकोर होती. मचाण चांगलं खंबीर होतं. सुभाष, शेजारी मी. माझ्या जवळ गोगटेसाहेब, मागे रेंजर असे बैठका जमवतो आहोत, तोवर सुभाष मला ढोसून हलक्या आवाजात म्हणाला, ''तात्या, ते बघा.''

आता लगोरीची मूठ किंवा इंग्रजी वाय हे अक्षर नजरेसमोर आणा आणि त्याच्या जाडजूड मोहाच्या काळ्या फांद्या करा. त्यातून थेट खाली पाहा. किपलिंगच्या जंगलबुकमधल्या बागिरासारखा हा वाघ गाय मारलेल्या छपरापासून पंचवीस पावलांवर बसलेला दिसला. आमच्या उजव्या बाजूला. म्हणजे माझा अंदाज साफ चुकला होता. हा नाल्याची दडण घेत घेत न येता रस्त्यापासून इथपर्यंत उघड्या रानातूनच आला होता.

हा अभयारण्यातला वाघ होता. कदाचित अभयारण्यातल्या आईपासून जन्मलेला आणि वाढलेला. उघड्या रानातून येण्यातला धोका त्याच्या आईनंही अनुभवलेला नसावा. याला बंदुकीचा वास किंवा बाराचा आवाज माहीत नसावा.

हा गाईकडे न जाता बसून होता. मंद प्रकाशात काळी आकृती तेवढी दिसत होती. रस्त्यावर बैलगाडी वाजत होती. चाकांचा आवाज होत होता. बैलांच्या गळ्यातल्या चंगाळ्या वाजत होत्या. गाडीवान बैलांची नावं घेऊन आवाज करत होता. हा आवाज संपूर्ण जाईपर्यंत वाघ बसून होता. आम्ही मचाणावर गप्प होतो. गाडीचा आवाज नाहीसा झाल्यावर हा उठून छपरातल्या गाईकडं गेला. मोहाच्या झाडातून सगळं स्वच्छ दिसत नव्हतं. डहाळ्या, पानं, खोड नजरेआड येत होतेच. काही वेळानं काडकाड असा गाय खाण्याचा आवाज ऐकायला आला. खाली, नाल्यातल्या सागावर मासेखाऊ घुबड थांबून थांबून आवाज करीत होतं. या वेळेपर्यंत माझी खात्री झाली होती, की हा पँथर आहे. मारलेल्या जागेवरून गाय ओढून झुपाटात नेण्याची गरज त्याला वाटली नाही. तब्येतीनं खात होता. त्या अर्थी या

परिसरात दुसरा पँथर असण्याची शक्यता नव्हती.

छपराखाली दाट सावली होती. आम्हाला काही दिसत नव्हतं. आवाज तेवढा ऐकू येत होता. सुभाषच्या हातात चार सेलची लांबडी बॅटरी होती. हळूच तो माझ्या कानाशी कुजबुजला, "बॅटरी मारू का?"

उजेड पडताच शंका येऊन पँथर निघून जाण्याची शक्यता होती. गेल्यावर तो पुन्हा खात्री करून घेतल्याशिवाय परत गाईवर आला नसता.

"टाक, पण जाईल. पुन्हा येईल, असं नाही."

सुभाषनं काही वेळ दम काढला.

"टाकू या बॅटरी?"

"टाक!"

एकदम प्रकाशझोत, गाय उजळली. पलीकडच्या बाजूला, छपराच्या मागच्या कुडाशी पँथर दबला. हिरवे डोळे, अंगावरचे ठिपके स्पष्ट दिसले; सुभाषनं बॅटरी लगेच बंद केली. काही क्षण शांतता!

घुबडाचा आवाज.

गेला काय?

खाण्याचे आवाज पुन्हा सुरू झाले.

अभयारण्यातला पँथर! जीपचा प्रकाशझोत अंगावर पडतो आणि जातो, हे त्याला माहीत असावं. झाडावरच्या मचाणावरनं प्रकाश आला, हे त्याला कळलं नाही.

गाईचं पोट आमच्याकडं होतं. तोंड आमच्या बाजूला, मागचा भाग डाव्या बाजूला. छपराच्या या दोन्ही बाजू बिनकुडाच्या होत्या.

पँथरनं पलीकडची बाजू पकडली होती. पोटाचं कणगुलं तो कातडी, स्नायू तोडून मोकळं करत होता.

सुभाषनं अजून पोरस्वभाव जपला आहे. थांबून थांबून त्यानं पुन्हा दोन वेळा प्रकाश टाकला. पँथर गेला नाही.

आवाज ऐकत आम्ही बसून होतो.

आठ वाजले. म्हणजे एक तासभर पँथर गाय बडवत होता.

तासानं आम्ही मोठमोठ्यानं बोललो. चला, आठ वाजले, आता उतरू या. मारुतराव रस्त्यावर येऊन थांबले असतील, वगैरे. पँथर गाय सोडून नाल्याकडं निघून गेला. आम्ही खाली उतरलो, गाय पाहिली. एका बाजूच्या फासळ्या मोकळ्या केलेल्या होत्या. कंबर आणि छातीच्या फासळ्या यामध्ये भोक पाडून किडनी, लिव्हर, फुफ्फुस हे भागच पँथर सुरुवातीला खातो. तासाभरात त्याचं पोट भरतं. साठ मिनिटांतच बकऱ्याचं सतरा पौंड मांस पँथरनं खाल्ल्याची नोंद जॉर्ज शेल्लरनं केली आहे. हा पँथर मध्यम आकाराचा, अदमासे शंभर पौंड वजनाचा होता. आम्ही

पाहिलेला पँथर थोराड बांध्याचा होता. मारलेल्या गाईचा त्यानं एक जेवणासाठी खाल्लेला भाग सतरा पौंडांपेक्षा जास्ती असावा.

अभयारण्यातल्या परिवारातल्या शेतकऱ्यांना मारलेल्या गुराची किंमत सरकारकडून दिली जाते, असं गोगटेसाहेब म्हणाले.

रात्री आम्ही कोकटूला परत आलो.

दुसऱ्या दिवशी सकाळीही नाल्यातून भटकलो. सुभाषनं काही रेखाचित्रं केली. गोगटेसाहेबांचा निरोप घेऊन चिखलद्याला निघालो. चिखलद्याच्या जवळजवळ येताना वाटेवर सात गव्यांचा कळप भेटला. कळपात एक वासरू होतं. गवे कंटाळल्यासारखे थंड उभे होते. आम्हीही प्रवासानं शिणलो होतो.

संध्याकाळ झाली, अंधार पडला, जीपच्या प्रकाशझोतात रातव्यांचे तांबडे डोळे वारंवार चमकत राहिले. उजळलेल्या वाटेवर वारंवार ससे टणाटणा उडत राहिले. रात्री चिखलद्याला पोहोचलो. रात्री इथं राहू आणि सकाळी हिंडून-फिरून अमरावतीला जायला निघू, असा विचार होता; पण सुभाषचा अमरावतीचा मित्र गाडी घेऊन हजर होता. त्याचं म्हणणं पडलं, जेवण उरकावं आणि रात्रीच निघावं.

निघालो. गप्पा, झोपाळू गप्पा, झोप.

पोहोचलो.

दुसऱ्या दिवशी अमरावतीहून पुण्याकडं महाराष्ट्र एक्स्प्रेस. या प्रवासात आमच्याच डब्यात चार स्वातंत्र्यसैनिक चढले. महाराष्ट्राच्या राजकीय परिस्थितीवर आवेशपूर्ण अशी त्यांची चर्चा बराच काळ चालू होती. हळूहळू ती देशव्यापी आणि हिंस्र झाली.

मग आम्ही दोघं फारच सभ्य असे रेल्वेप्रवासी झालो.

पुण्याला परतल्यावर चार दिवसांनी मी सुभाषच्या स्टुडिओत गेलो.

त्यानं तीन सुरेख चित्रं केलेली होती. तीनही चेहरे होते सुरकुत्यांनी भरलेले; नितळ गोरी कातडी, निळे डोळे, भादरलेल्या मिशा, पांढऱ्या टोप्या, पांढरे कोट, पांढऱ्या भुवया!

"तात्या, हे कोण?"

"हे डब्यातले स्वातंत्र्यसैनिक!"

"गाईला मारणारा तो एक बिबट्या आणि माय सोडवणारे हे तीन. एकूण चार बिबटे आपण पाहिले!"

धो धो हसणं!

■

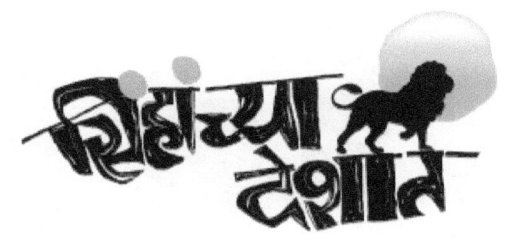

सिंहांच्या देशात

व्यंकटेश माडगूळकर

फ्रँकफूर्टला काम करणाऱ्या डॉक्टर जिऱ्हार्ड यांनी अनेक दिवस आणि रात्री सिंहांच्या पिंजऱ्याशी काढून हा प्राणी किती तास झोपतो, याचा पत्ता लावला होता. सिंह हा आळशी प्राणी आहे, हे गृहीत धरूनसुद्धा त्यांनी शोधून काढलेले सत्य आश्चर्यकारक होते. चोवीस तासांपैकी दहा ते पंधरा तास सिंह झोपून असतो. शिवाय एक ते चार तास तो पेंगत असतो आणि जागा असूनसुद्धा एक तासापासून पाच तासापर्यंत नुसता हालचाल न करता पडून राहतो! म्हणजे एक ते सात तासच तो काही हालचाल करतो.

प्राणिसंग्रहालयात आपसूक खाणेपिणे होते, म्हणून तिथले सिंह इतके आळशी असतील, असे तुम्हाला वाटेल, पण सेरेनगटीतल्या रानातले सिंहसुद्धा असेच आळशी होते. प्राणिसंग्रहालयातले सिंह खाण्या-पिण्यासाठी वीस, फारफार तर साठ मिनिटे खर्च करतात. रानातले सिंहही तेवढाच वेळ घेतात. त्यांना शिकार करायला काही मिनिटे पुरी असतात.

वाघाच्या मागावर

व्यंकटेश माडगूळकर

मुळशी धरणावर मी एकदा गेलो असताना एक भेकर जीपपुढून आडवे पळत गेले. क्षणार्धात मी बार टाकला. माझे बागाईतदार मित्र निंबाळकर जीपखाली उतरून ते भेकर घेऊन आले आणि म्हणाले, ''अरारा! भाऊसाब गर्भिणी हाये हो!''

कोथरूडला निंबाळकरांच्या बागेत आम्ही भेकर सोलत असताना पुरी वाढ झालेले पोर तिच्या पोटातून बाहेर काढलेले पाहून निंबाळकरांची म्हातारी कळवळून म्हणाली, ''अरं लेकरानू, का सराप घेतला रे हा!''

पण अशा प्रसंगांमुळे बंदूक टाकून मी दुर्बीण हाती घेतली, असे म्हणता येणार नाही. मी मनाने वाढलो आणि हे आपोआप झाले. अवखळ असे वय सोडले, तर कोणता चांगला माणूस जिवंत राहण्याचा अधिकार असलेल्या कोणा वन्य प्राण्याचा खून करण्याची इच्छा धरील?

www.ingramcontent.com/pod-product-compliance
Lightning Source LLC
Chambersburg PA
CBHW030339030726
47499CB00003B/831
* 9 7 8 8 1 8 4 9 8 3 7 4 6 *